ஜாலியா தமிழ் இலக்கணம்

ஜாலியா தமிழ் இலக்கணம்

இலவசக் கொத்தனார்

ஜாலியா தமிழ் இலக்கணம்
Jollya Tamizh Ilakkanam
by Rajesh Garga ©

First Edition: October 2012
112 Pages

ISBN: 978-81-8493-744-2
Title No. Kizhakku 708

Kizhakku Pathippagam
177/103, First Floor,
Ambal's Building, Lloyds Road,
Royapettah, Chennai 600 014.
Ph: +91-44-4200-9603

Email : support@nhm.in
Website : www.nhm.in

Author's Email: gargas@gmail.com

Kizhakku Pathippagam is an imprint of New Horizon Media Private Limited

'வலிமிகும் இடங்கள் வலிமிகா இடங்கள் தமிழுக்குத் தெரிகின்றதேன்னு வைரமுத்து எழுதி இருக்காரு. அப்படின்னா என்ன தெரியுமா?'

'நீயே சொல்லிடு.'

'ஒரு சின்ன எடுத்துக்காட்டு சொல்லறேன். இடைத் தேர்தல் தெரியுமா?'

'ஆமாம் எதாவது தொகுதியில் எம்பி எம்எல்ஏ இறந் துட்டா வைப்பாங்க.'

'அதே! ஆனா அதையே இடை தேர்தல்ன்னு சொன்னா?'

'ஆஹா! அந்த காலத்து சிம்ரன் அக்கா சிம்பிளா ஜெயிப்பாங்களே.'

'பார்த்தியா, ஒரு சின்ன த் எப்படி ஒரு வித்தியாசம் காட்டுதுன்னு.'

உள்ளே

1. தமிழ் படி

'இலக்கணம் மாறுமோ, இலக்கியம் ஆகுமோ' என்று பாடிக் கொண்டே வந்தான் தினேஷ்.

'இலக்கணம் எல்லாம் மாறாது. இலக்கணப்படி எழுதாமப் போனா எழுத்து குப்பையாப் போகுமே தவிர இலக்கியம் எல்லாம் ஆகாது' என்று அவனுக்கு பதிலைச் சொல்லி அரட்டையை ஆரம்பித்தான் சுரேஷ்.

'இலக்கணம் என்னடா இலக்கணம். எப்போ பாரு எதாவது நூல் சொல்லிக்கிட்டு. போருடா.'

'அதனாலதாண்டா சொல்லறேன். இலக்கணம் மாறாம இருந்தாலும் அதைச் சொல்லித் தர விதம் மாறணும். அது நடக்கலைன்னா கத்துக்கறவங்களோட இண்டரெஸ்ட் இல்லாமப் போயிடும்.'

'ஏண்டா சுரேஷ். இவ்வளவு பேசறியே. உன்னால இலக் கணத்தை போரடிக்காம சொல்லித் தர முடியுமாடா?'

'இதுதாண்டா வம்பை விலை கொடுத்து வாங்கறது அப்படின்னு சொல்லறதுக்கு சரியான எடுத்துக்காட்டு. இதையே இப்போ எல்லாம் வலையுலகத்தில் என்ன சொல்லறாங்க தெரியுமா? சொசெசு அப்படின்னு சொல்லறாங்க. அப்படின்னா சொந்த செலவில் சூனியம் வெச்சுக்கிறதாம். கேட்டதுதான் கேட்ட. என்னால முடிஞ்ச இலக்கணத்தைச் சொல்லித் தரேன் புரியு/தான்னு பாரு.'

'மாட்டிக்கிட்டேனோ? சரி. சொல்ல வரதைச் சொல்லு. இங்க உட்கார்ந்தா அம்மா இதைச் செய் அதைச்

செய்யுன்னு கத்த மாட்டா. அதுக்காகவாவது கொஞ்ச நேரம் இருக்கேன்.'

'சரி. எதைப் பத்திப் பேசலாம் சொல்லு? அடுக்குத் தொடர், இரட்டைக் கிளவி - இதெல்லாம் பத்தி எதாவது தெரியுமா?'

'எவண்டா இவன் ஆரம்பத்திலேயே கிழவன் கிழவின்னுக்கிட்டு. புணர்ச்சி புணர்ச்சின்னு ஒரு மேட்டர் இருக்கே. அதைப் பத்தி எதாவது அவுத்து விடு மாமே.'

'அடப்பாவி! நீ நினைக்கிற மாதிரி மேட்டர் எதுவும் கிடை யாதுடா அங்க. இது ரெண்டு வார்த்தைங்களைச் சேர்க்கற விளை யாட்டு. இண்டரெஸ்டிங் டாபிக்கைத்தான் கேட்டு இருக்க. மேல சொல்லறேன் கேளு.

இப்போ எந்திரன் ரிலீஸ் அப்படின்னு சொன்னா உனக்கு டக்குன்னு நான் என்ன சொல்ல வரேன்னு புரியுது இல்லையா? இதுல ரெண்டு வார்த்தை இருக்கு. சில நேரத்துல இந்த ரெண்டு வார்த்தைகளும் சேர்ந்து ஒரே வார்த்தை ஆகுதுன்னு வை. அதான் புணர்ச்சி. புரியுதா?

உதாரணத்துக்கு ஒரு சினிமா பாட்டையே எடுத்துக்கோ. நம்ம வைரமுத்து எழுதறாரு - கண்ணுக்கு மையழகு, கவிதைக்குப் பொய்யழகு, கன்னத்தில் குழியழகு, கார்கூந்தல் பெண்ணழகு. இப்படி போகுது அந்தப் பாட்டு. இதுல பார்த்தா மை அழகு, பொய் அழகு அப்படின்னு வர ரெண்டு வார்த்தையை ஒரே வார்த்தையா மாத்தி மையழகு பொய்யழகுன்னு போடறாரு பார்த்தியா. இந்த மாதிரி சேர்த்து எழுதறதைத்தான் புணர்ச்சின்னு சொல்லறாங்க.'

'மேட்டர் அவ்வளவுதானா? ஆனா தமிழ்ல இவ்வளவு சுளுவா எந்த மேட்டரையும் விட்டு வைக்க மாட்டாங்களே. இதுலயும் வேற வெரைட்டி எதுனாச்சும் இருக்கா?'

'இல்லாம என்ன? ஒண்ணு ஒண்ணா எடுத்து விடறேன், கேளு. மொதல் வெரைட்டி வந்து இயல்பு புணர்ச்சி அப்படின்னு சொல்லுவாங்க. அதாவது இங்க சேர்க்கப்படற ரெண்டு வார்த்தைங்களும் ரொம்ப சேஞ்ச் ஆகாம அப்படியே இருக்கும். ரொம்ப சிம்பிளா சொல்லணமுன்னா பனைமரம் அப்படின்னு

சொல்லறோமுன்னு வையி. பனை + மரம் சேர்ந்து பனைமரம் ஆகுது. இங்க சேஞ்சே இல்லை பார்த்தியா. இது மொதல் வெரைட்டி.'

'ம். அப்போ தனியா கிடந்து தவிக்கிற குதிரையைப் பார்த்து பரிதாபம்ன்னு சொல்லறோமுன்னு வையி. அதுவும் இயல்பு புணர்ச்சிதானா? பரி + தாபம் = பரிதாபம் அப்படின்னு சரியா வருதே!'

'டேய். அடங்குடா. இந்த மாதிரி எடக்குமடக்கா யோசிக்கிறதை நிறுத்திட்டு சொல்லறதைக் கேளு. மீனிங் எல்லாம் அப்படி கண்டபடி மாறக்கூடாது. அப்போதான் அது இயல்பு புணர்ச்சி. இதுல இன்னும் ஒரு வெரைட்டி இருக்கு. அதுல என்னன்னா, இந்த ரெண்டு வார்த்தைங்களும் சேரும் போது கொஞ்சமா சேஞ்ச் ஆவும்.

மேல சொன்ன பாட்டையே எடுத்துக்கோ அதுல ஒளவைக்குக் கூனழகு அன்னைக்கு சேயழகுன்னு வருது இல்லையா? கூன் அழகுன்னு சொல்லறாரு. இதுல மொத வார்த்தை ன்அப்படின்னு முடியுது ரெண்டாவது வார்த்தை அ அப்படின்னு ஆரம்பிக்குது. ன்+அ சேர்ந்தா ன வருது. அதனால கூன் + அழகுன்னு சொல்லும் பொழுது கூனழகுன்னு மாறுது பாரு. இதுவும் இயல்பு புணர்ச்சி தான். இதே மாதிரிதான் சேய்+அழகு = சேயழகு என்பதும்.'

'ஆக ரெண்டு வார்த்தையும் சேஞ்சே ஆகாமலோ அல்லது நார்மலா உயிரும் மெய்யும் சேர்ந்தா வர காம்பினேஷனிலேயே வந்தா அதுக்கு இயல்பு புணர்ச்சின்னு சொல்லற. ரைட்டா?'

'பாயிண்டைப் பிடிச்சுட்டடா! அடுத்த ஸ்டெப்புக்குப் போகவா?'

'இப்போ ரெண்டு வார்த்தைங்க சேரும் பொழுது சேஞ்ச் ஆச்சுன்னா என்னான்னு பார்க்கலாம். சேஞ்ச் எப்படி ஆகலாம்? ஒண்ணு, எதாவது எழுத்து சேரலாம். ரெண்டாவது இருக்கிற எழுத்து எதாவது அப்பீட் ஆகலாம். இல்லை இருக்கிற எழுத்து வேற மாதிரி சேஞ்ச் ஆகலாம். இவ்வளவுதானே முடியும். இது மூணுமே இருக்கு. இதுக்கு விகாரப் புணர்ச்சின்னு பேரு.

மொதல் டைப்புக்கு வாலி கிட்ட போகலாம். அவர்தானே மாங்காய் மாங்காய் ரெண்டு மாங்காய், மார்க்கெட்டுப் போகாத

குண்டு மாங்காய்ன்னு எழுதினது. இதுல பாரு மா அப்படின்னு சொல்லறதுதான் அந்த டைப்பு இல்லையா? மாமரம் அப்படின்னு சொன்னா இயல்பு புணர்ச்சி. ஆனா அதோட காய பத்திச் சொல்லும் போது மாகாய்ன்னு சொல்லறது இல்லை. மாங்காய் அப்படின்னு சொல்லறோம். இங்க இதுவரை இல்லாத ங் வந்து குதிச்சு இருக்கு பாத்தியா. அதுதான் மொதல் வெரைட்டி. வாழ+பழம் சேரும் பொழுது வாழைப்பழம் அப்படின்னு ஒரு எக்ஸ்ட்ரா ப் போட்டு வருது பாரு. அதுவும் இதே டைப்தான். இப்படி எக்ஸ்ட்ரா பிட்டிங்ஸ் எல்லாம் வரதுனால இதுக்கு தோன்றல் விகாரம்ன்னு பேரு.'

'வாழைப்பழம், மாங்காய்ன்னு எடுத்துக்காட்டு குடுத்தின்னா எனக்குத் தோணுறது எல்லாமே விகாரமாத்தான் இருக்கு. நீ மேல போ.'

'மூட் மாறிடுச்சு. Male-ஏ நீ போ! அப்படின்னு சொல்லாம இருந்தா சரி. அடுத்தது காணாமப் போற மேட்டர் பத்திப் பார்ப் போம். பொட்டு வெச்ச ஒரு வட்டநிலா, குளிர் புன்னகையில் என்னைத் தொட்டநிலா அப்படின்னு முரளி பாடுவாரே. அதில் வட்டநிலா அப்படின்னு சொல்லும் போது வட்டம்+நிலா என்ற காம்பினேஷனில் இருக்கும் ம் காணாமல் போய் வட்டநிலா அப்படின்னு ஆகுது பாரு. இது கெடுதல் விகாரம்.'

'நம்ம திரைக்கவிஞர்கள் கூட அப்பப்போ ராஜசுகம், வேர்வைநதி அப்படின்னு ரெண்டு வார்த்தைய சேர்த்துப் போடும் பொழுது அர்த்தமே காணாமப் போகுதே. இதுவும் கெடுதல் விகாரம் தானா?'

'அது என்ன விகாரமோ தெரியாது. ஆனா விவகாரம்ன்னு நல்லாத் தெரியுது. ஆளை விடுறா சாமி. நான் அடுத்த டைப் என்னன்னு சொல்லறேன் கேட்டுக்கோ. இதுக்குப் பேரு திரிதல் விகாரம். இதுல இருக்கிற எழுத்து வேற எழுத்தா மாறிடும். இதுக்கு சிம்பிளான உதாரணமா ஒண்ணு சொல்லணமுன்னா கோபால் பற்பொடின்னு சொன்ன உடனே இந்தியா இலங்கை மலேசியான்னு அவங்களோட விளம்பரம் ஞாபகத்துக்கு வரும். பல்+ பொடி என்பது பற்பொடின்னு சொல்லும் பொழுது அதுல ல் வந்து ற் அப்படின்னு மாறுது பாரு. இப்படி மாறி வந்தா அது திரிதல் விகாரம். பொற்குடம் (பொன்+குடம்), முன்னிலை

(முன்+நிலை) அப்படின்னு இன்னும் கொஞ்சம் எடுத்துக் காட்டுகள் கூட தரலாம்.'

'புரியுது. சில சமயத்துல ரெண்டு வார்த்தைங்க சேரும் பொழுது இப்படி ஒரே டைப்பா இல்லாம ரெண்டு மூணு வெரைட்டி சேர்ந்து வரதும் உண்டுதானே?'

'ஆமாம். உதாரணத்துக்கு சினிமா தியேட்டரில் போய் படப் பெட்டி வந்தாச்சான்னு கேட்போமில்லையா? அதுல படம்+ பெட்டி என்பது படப்பெட்டி அப்படின்னு மாறும்போது படம் என்ற வார்த்தையின் ம் காணாமப் போயிடுது. அதே சமயம் ஒரு எக்ஸ்ட்ரா ப் வந்து சேர்ந்துக்குது. இதுல தோன்றல், கெடுதல் ரெண்டுமே இருக்கு. இப்படி காம்பினேஷன் கூட வரலாம்.'

'அப்பாடா! இவ்வளவுதானா இன்னும் இருக்கா?'

'என்னடா அதுக்குள்ள அலுத்துக்கிட்டா எப்படி? இன்னும் கொஞ்சம் வெரைட்டிகள் இருக்கே.'

'சரி இருக்கட்டும்டா. பிட்டு படம் போட்டாக் கூட நடுவில் இண்டர்வெல் விடுவான். நீ விட்டா நிறுத்தாம பேசிக்கிட்டே போவ போல இருக்கே. வா, ஒரு காப்பி சாப்பிட்டு வரலாம். அப் புறம் கண்டின்யூ பண்ணு.'

- இரண்டு வார்த்தைகளை ஒன்றாக இணைப்பதன் பெயர் புணர்ச்சி.

- புணர்ச்சி இரு வகைப்படும் - இயல்புப் புணர்ச்சி, விகாரப் புணர்ச்சி.

- இரு சொற்கள் இணையும் பொழுது மாற்றம் எதுவும் இல்லாமல் இருந்தாலோ அல்லது மெய்யோடு, உயிரெழுத்து சேர்ந்தாலோ அது இயல்புப் புணர்ச்சி. (பனை + மரம் = பனைமரம், கூன்+அழகு = கூனழகு)

- இரு சொற்கள் இணையும் பொழுது மாற்றம் ஏற்பட்டால் அது விகாரப் புணர்ச்சி.

- விகாரப் புணர்ச்சி தோன்றல் விகாரம். கெடுதல் விகாரம், திரிதல் விகாரம் என மூன்று வகைப்படும்.

- புணர்ச்சியின் பொழுது இல்லாத எழுத்து வந்தால் அது தோன்றல் விகாரம். (மா + காய் = மா'ங்'காய், வாழை + பழம் = வாழை'ப்'பழம்)

- புணர்ச்சியின் பொழுது இருக்கும் எழுத்து இல்லாது போனால் அது கெடுதல் விகாரம். (வட்டம் + நிலா = வட்டநிலா)

- புணர்ச்சியின் பொழுது இருக்கும் எழுத்து வேறு ஒரு எழுத்தாக மாறினால் அது திரிதல் விகாரம். (பொன்+குடம் = பொ'ற்'குடம்)

- இரு சொற்கள் இணையும் பொழுது ஒன்றுக்கும் மேற்பட்ட வகைகளில் புணர்ச்சி இருக்கலாம். (படம் + பெட்டி = பட'ப்'பெட்டி)

2. நாற்றழகு கீற்றழகு

'படுத்துக்கினு போத்திக்கவா, போத்திக்கினு படுத் துக்கவா' என்று இலக்கியரசமிக்க வார்த்தைகள் டீக்கடை ஸ்பீக்கரின் வழியாக சொட்டிக் கொண்டு இருந்தது.

'ஒரு விஷயம்டா தினேஷ். படுத்துக்கிட்டுப் போர்த்திக் கிட்டாலும், போர்த்திக்கிட்டுப் படுத்துக்கிட்டாலும் கடைசியா ஒண்ணும் மாறப் போறது இல்லை. ஆனா எந்த ரெண்டு வார்த்தையை சேர்க்கிறோமோ அதைப் பொறுத்து அது எந்த வகைப் புணர்ச்சி என்பது மாறும். தெரியுமா?'

'ஆஹா! நிம்மதியா ஒரு காப்பி குடிக்கலாமுன்னா சைக்கிள் கேப்பில் இலக்கணத்தை ஆரம்பிச்சுட்ட போல. மேல சொல்லு. கேட்கறேன்.'

'இப்போ ரெண்டு வார்த்தைங்கள சேர்க்கறோம் இல்லையா. அப்போ மிக்ஸ் ஆகப் போறது மொத வார்த்தையோட கடைசி எழுத்தும் ரெண்டாவது வார்த்தையோட மொத எழுத்தும்தானே. அது எந்த மாதிரி எழுத்து அப்படிங்கறதை வெச்சு அதை வகை வகையாப் பிரிக்கலாம்.'

'எந்த மாதிரி எழுத்துன்னா என்னடா அர்த்தம்? உயிர் எழுத்து, மெய்யெழுத்து, உயிர்மெய் எழுத்து. இவ்வளவு தானே இருக்கு தமிழ்ல.'

'கரெக்ட். இவ்வளவுதான். ஆனா இங்க இந்த உயிர்மெய் எழுத்துங்களைக் கூட மெய்+உயிர் அப்படின்னு பிரிச்சுட லாம். அதனால மொத்தம் நாலே வகைகள்தான். மொதல் வார்த்தை உயிரில் முடியும் அல்லது மெய்யில் முடியும்.

ரெண்டாவது வார்த்தை உயிரில் தொடங்கும் அல்லது மெய்யில் தொடங்கும். அவ்வளவேதான்.'

'கமலினி, தமன்னா, அனுஷ்கா எல்லாம் உயிரில் முடியறவங்க. விஜய், விக்ரம், அஜீத் எல்லாம் மெய்யில் முடியறவங்க. சரிதானே!'

'அதே! அப்படியே பார்த்தா கமலினி தமன்னா விஜய் விக்ரம் எல்லாம் மெய்யில் ஆரம்பிக்கறவங்க. அனுஷ்காவும் அஜீத்தும் உயிரில் ஆரம்பிக்கறாங்க. புரியுதா?'

'சரி ஆரம்பிக்கறதும் முடியறதும் உயிரா மெய்யான்னு தெரியுது. அதை வெச்சு என்ன புணர்ச்சி ரூல்ஸ் இருக்கு.'

'சாதாரணமா ஒரு மெய்யில் முடியும் வார்த்தையோட உயிரில் தொடங்கும் வார்த்தையை சேர்த்தா அந்த மெய்யும் உயிரும் சேர்ந்து ஒரு உயிர்மெய் எழுத்தாக மாறி அது அப்படியே அந்த ரெண்டு வார்த்தைகளையும் சேர்த்துடும். இது நாம முன்னாடி பார்த்த இயல்பு புணர்ச்சி வகைதான். கூனழகு, சேயழகுன்னு எல்லாம் பார்த்தோம். அதில் இந்த மாதிரி ஒரு மெய்யும் உயிரும் கலந்து ரெண்டு வார்த்தைகளையும் சேர்க்குது. இல்லையா?'

'ம்.'

'அதுல ஒரு எக்ஸ்ட்ரா ரூல் ஒண்ணு இருக்கு. ஒரு குறில், அதைத் தொடர்ந்து ஒரு மெய்யெழுத்து. இப்படி முதல் வார்த்தை இருக்குன்னு வெச்சுக்கோ. அதுக்குப் பின்னாடி ஒரு உயிர் வந்தா, இரண்டு மெய்யெழுத்து இருக்கிற மாதிரி மாறும். அதாவது பெண் + அழகு = பெண்ணழகு, கண் + அழகு = கண்ணழகு.'

'பெண் கண் அப்படின்னு சொன்னா ஒரு எக்ஸ்ட்ரா கிக் இல்லைன்னாலும் ஒரு எக்ஸ்ட்ரா க் மட்டுமாவது வரும்ன்னு சொல்லற!'

'ஆமாம் எக்ஸ்ட்ரா மெய்யெழுத்து வரும். அதை நீ அப்படி புரிஞ்சுக்கிட்டாலும் சரிதாண்டா!!'

'இண்ட்ரெஸ்டிங்காத்தாண்டா இருக்கு. மேல சொல்லு.'

'இவ்வளவு நேரம் நாம உயிர் மெய் காம்பினேஷன் பத்திப் பார்த்தோம் இல்லையா. இப்போ உயிர் உயிர் காம்பினேஷனில் என்ன ஆகுதுன்னு பார்க்கலாமா.'

'உயிரே, உயிரே வந்து என்னோடு கலந்து விடு அப்படின்னு ஒரு உயிர் பாடுமா.'

'பாடும் பாடும். வந்து கவனி. உயிரும் உயிரும் சேர முடியுமா? அ+இன்னு வந்தா எப்படி சேர்க்கறது? நேரடியா சேர்க்க முடியாது அப்படிங்கறதால, வ அல்லது ய - இது ரெண்டுல ஒண்ணை எக்ஸ்ட்ராவா சேர்த்துக்கிட்டு அந்த ரெண்டு வார்த்தையையும் கோத்துடணும்.'

'வ அல்லது ய அப்படின்னு ரெண்டு இருக்குன்னு சொல்லிட்ட. அப்போ எப்போ எது வரணமுன்னு ரூல் இருக்கப் போகுது. அதையும் சொல்லிடு.'

'கரெக்டா புடிச்சடா! ரூல்ஸ் இல்லாட்டி வாழ்க்கைக்கு என்ன அர்த்தம் இருக்கப்போவுது? வாழ்க்கையே அப்படின்னா, வார்த்தைக்கும் அப்படிதானே.'

'இப்படி கவிஜ கிவிஜ சொன்னே, காப்பிக்கு நீதான் காசு தரணும்'

'ஃப்ரீயா விடு மாமே.. எங்க விட்டேன்? ரூல்ஸ்.. இங்க மட்டும் இல்லாமலா? ஆனா இது ரொம்ப சிம்பிள்தான். முதல் எழுத்து இ, ஈ, ஐ என்ற எழுத்தில் முடிஞ்சா ய வரணும். இல்லைன்னா வ வரணும். ஆனா ஒண்ணு ஞாபகம் வெச்சுக்கோ. முதல் எழுத்து உயிர்மெய் எழுத்தா இருந்தாக் கூட அதில் இருக்கிற உயிர் எழுத்தைத்தான் கணக்கில் சேர்க்கணும்.'

'ஓஹோ! அதனாலதான் மை+ அழகு = மையழகுன்னு ஆச்சா?'

'ஆமாம். பூ+அழகு = பூவழகு அப்படின்னும் ஆகும். இன்னும் ஒண்ணு இருக்கு. முதல் வார்த்தையோட கடைசி எழுத்து ஏ அப்படின்னு முடிஞ்சா அதுக்கு ய அல்லது வ எது வேணாலும் சேர்த்துக்கலாம். நீ ரெண்டும் வெச்சு சொல்லிப் பாரு. எது சொல்லும் பொழுது சரியா இருக்கோ அதையே போட்டுக்கோ.'

'ஆச்சா, இன்னும் இருக்கா?'

'என்னடா நீ. கமல் படம் மாதிரி ஆச்சா மூச்சான்னு பேசிக்கிட்டு. இன்னும் கொஞ்சம் இருக்கு. ஆனா அடுத்த புணர்ச்சி விதியைப் பார்க்கிறதுக்கு முன்னாடி வேற ஒரு மேட்டர் பத்திப் பேசணும். அப்போதான் அடுத்த ரூலுக்குப் போக முடியும்.'

'அது என்னடா?'

'குற்றியலுகரம், குற்றியலிகரம் அப்படின்னு இருக்குடா. அதைப் பத்தி தெரிஞ்சுக்கிட்டாத்தான் அதோட சேர்ந்து வர புணர்ச்சி விதிகளைப் பத்திப் பேச முடியும். குற்றியலுகரம்னு நேரா ஆரம்பிச்சா உனக்கு புரியாது. நேத்து ஆஃபீஸ்லே நடந்த ஒரு கதை சொல்றேன். நம்ம வெங்கி இருக்கானில்ல?'

'கோல்டி வெங்கியா?'

'அவனே. நேத்து அவனை பாஸ் தனியாக்கூப்டு பாராட்டிட் டாராம்... இல்லாத பந்தா விட்டான்... எனக்கு வந்த கடுப்புல சத்தமாவே சொல்லிட்டேன்... கொல்டிக்கு இன்னிக்கு மவுசுன் னேன்.. கேட்டிருச்சு போல.'

'என்ன பண்ணான்.'

'சீரியஸா கிட்ட வந்து I have track pad, I don't need a mouse-த அப்படிங்கறான்! ஒரே காமெடி! இதை ஏன் இங்க சொல்றேன்னா, தெலுங்குக்காரனுங்களுக்கும் நமக்கும் என்ன வித்தியாசம்? அவங்க சாதா வார்த்தைக்கே கடைசிலே உ போட்டு இழுப் பாங்க. நாம, உ லே முடியற வார்த்தையையே சில சமயம் சுருக்கமா சொல்லிடுவோம்.'

'புரியுது.'

'இப்போ உலகம் உருண்டை அப்படின்னு சொல்லும் பொழுது உ என்ற எழுத்தை எப்படி உச்சரிக்கிறோம்ன்னு பாரு. ஆனா அதையே காசு வாங்கிப் பேசு அப்படின்னு சொன்னா அதில் காசு பேசு அப்படின்னு சொல்லும் பொழுது முழுசாச் சொல்லாம கொஞ்சம் கம்மி நேரத்துக்குத்தான் உச்சரிக்கறோம் பாரு. சிம்பிளாச் சொல்லணமுன்னா இதுதான் குற்றியலுகரம்.'

'முதலில் வந்த ஒரு மாதிரியும் கடைசியில் வந்தா வேற மாதிரி யும் உச்சரிக்கறோமா?'

'அதான் இல்லை. பசு, விசு அப்படின்னு சொல்லிப் பாரு. இதுல இருக்கிற கடைசி உ வந்து உலகம் உருண்டை மாதிரியேதான் உச்சரிக்கறோம். இல்லையா. அதனால முதலில் கடைசியில் என்பது கட்டாயம் இல்லை. ஆனா குறுக்கி சொல்லறது எப்பவுமே கடைசியில் வர உ மட்டும்தான்.'

'அப்போ என்னதான் ரூல்? எப்போ முழுசா சொல்லணும் எப்போ பாதியாச் சொல்லணும்.'

'முதல் ரூலை சொல்லிட்டேன். வார்த்தையோட கடைசி எழுத்தாதான் வரணும். ரெண்டாவது என்னன்னா எல்லா உ எழுத்தும் இப்படி குறுகாது. வல்லின மெய்களோட சேர்ந்த கு, சு, டு, து, பு, று - இந்த ஆறு உகரங்கள் மட்டும்தான் குறுகும்.'

'அட ஜாலியே இருக்கே. குசு விடு துன்புறு. இப்படி ஞாபகம் வெச்சுக்கிட்டா இதில் இருக்கு உகரம் எல்லாம் குறுகும்ங்கிற ரூல் மறக்கவே மறக்காது.'

'திருத்த முடியாத ஜென்மம்டா நீ. எப்படியோ ஞாபகத்தில் வெச்சுக்கிட்டா சரி. கடைசியா இந்த எழுத்துங்க ஒரு தனி குறில் எழுத்துக்குப் பின்னாடி வந்ததுன்னு வெச்சுக்கோ. அப்பவும் குறுகாது. அதனாலதான் நாம முன்னாடி பசு விசுன்னு சொல்லும் பொழுது முழுசா உச்சரிச்சோம். '

'இதான் குற்றியலுகரமாடா? ஒத்தை வரியில் டெபனிஷன் சொல்லட்டுமா? ஒரு வார்த்தையோட கடைசி எழுத்து குசுடு துபுறு என வந்து, அதுக்கு முன்னாடி ஒரு சிங்கிள் குறில் இல்லாம இருந்தா அந்த கடைசி எழுத்தை புல்லா சொல்லாம அதோட உச்சரிப்பை சின்னது பண்ணிடறோம். அவ்வளவு தானே!'

'அவ்வளவே. இதுல முன்னாடி வரும் எழுத்தை வெச்சு ஆறு வகையா இதைப் பிரிக்கலாம். ஆனா அதெல்லாம் இப்போ சாய்ஸில் விடலாம். குற்றியலுகரம் இல்லாத மத்த உகரத்தில் முடியற வார்த்தைகளை முழுசா உச்சரிக்கறதுனால அதுங் களுக்கு முற்றியலுகரம் அப்படின்னு பெயர். இப்போதைக்கு இது போதும்.'

'ரொம்ப நன்னி ஹை! சரி. இதை வெச்சு புணர்ச்சி விதி என்ன இருக்குன்னு சொல்லு.'

'இந்த குற்றியலுகர மேட்டர் வரதுக்கு முன்னாடி சேர வேண்டிய ரெண்டு வார்த்தையிலும் உயிர் இருந்தா நடுவில ஒரு யாவோ அல்லது வாவோ வரும் அப்படின்னு பார்த்தோம் இல்லையா. அதோட தொடர்ச்சியா ஒரு குற்றியலுகர வார்த்தை வந்து அதுக்குப் பின்னாடி ஒரு உயிர் எழுத்தில் தொடங்கற வார்த்தை வந்ததுன்னு வெச்சுக்கோ, அப்போ முதல் வார்த்தையில் இருக்கும் உ காணாமப் போயிடும்.

உதாரணத்துக்கு திரும்ப வைரமுத்து கிட்ட போனோமுன்னு வெச்சுக்கோ. நாற்று, கீற்று - இது ரெண்டுமே குற்றியலுகரத் துக்கு எடுத்துக்காட்டுதான் இல்லையா. இதை அவர் நெல்லுக்கு நாற்றழகு தென்னைக்கு கீற்றழகுன்னு பாட்டு எழுதறாரு. இங்க நாற்று + அழகுன்னு சொல்லும் பொழுது நாற்றில் இருக்கும் உ வெளிய போய் அழகில் இருக்கும் அ சேர்ந்து நாற்றழகு அப்படின்னு ஆகுது. இதுதான் குற்றியலுகரப் புணர்ச்சி.

சில சமயங்களில் குற்றியலுகரம் இல்லாத உகரங்கள் கூட இந்த மாதிரி சேர்ந்திடும். திரும்ப நம்ம பாட்டுக்கே போனோமுன்னா கள்வர்க்கு இரவழகு, காதலர்க்கு நிலவழகுன்னு வருது. இங்க இரவு, நிலவு எல்லாம் குற்றியலுகரம் இல்லை. ஆனாலும் அது அழகுன்னு சேர்ந்தா அந்த உ காணாமப் போய் இரவழகு, நிலவழகுன்னு ஆகுது.'

'ஏன் இப்படி குழப்பறாங்க? ஒரே ரூல் வெச்சா என்ன?'

'குழம்பவே குழம்பாதே. ரெண்டு வார்த்தையையும் சேர்த்து சொல்லிப்பாரு. எது எளிமையா பொருத்தமா இருக்கோ அது தான் விதியாவும் இருக்கும்.'

'சரி. இவ்வளவு தூரம் வந்தாச்சு. அந்த குற்றியலிகரப் புணர்ச்சி யையும் சொல்லேன்.'

'இன்னிக்கு நாம தமிழில் பேசும் பொழுது அதுல குற்றியலிகரம் எல்லாம் வரப் போறது இல்லை. அதை சாய்ஸில் விட்டுக் கிட்டுப் போய்கிட்டே இருக்கலாம். அப்படி எப்பவாவது தெரிஞ் சுக்க வேண்டிய கட்டாயம் இருந்தா அப்போ சொல்லறேன். இந்த டாபிக்கில் பேச வேண்டியதே இன்னும் கொஞ்சம் இருக்கு. அது அடுத்த வாட்டி பேசலாம்.'

- உயிர்மெய் எழுத்துகளை மெய்+உயிர் என்று பிரித்துக் கொண்டால் இரு சொற்கள் புணரும் பொழுது முதல் சொல் உயிர் அல்லது மெய்யில் முடியும், இரண்டாவது சொல் உயிர் அல்லது மெய்யில் தொடங்கும்.

- மெய்யில் முடியும் சொல்லோடு உயிரில் தொடங்கும் சொல் புணர்ந்தால் அது உயிர்மெய்யாக மாறும் (கூன் + அழகு = கூனழகு)

- முதல் சொல்லில் ஒரு குறில் அதனைத் தொடர்ந்து மெய் வந்து இரண்டாவது சொல் உயிரில் தொடங்கினால் அங்கு கூடுதலாக ஒரு மெய் வரும் (பெண் + அழகு = பெண்ணழகு)

- முதல் சொல் உயிரில் முடிந்து இரண்டாவது சொல் உயிரில் தொடங்கினால் அங்கு வ அல்லது ய என்ற கூடுதல் எழுத்து வரும்

- முதல் சொல் இ, ஈ, ஐ என்ற எழுத்துகளில் முடிந்தால் ய என்ற எழுத்து சேரும் (மை + அழகு = மையழகு)

- மற்ற உயிரெழுத்துகளில் முடியும் பொழுது வ என்ற எழுத்து சேரும் (பூ + அழகு = பூவழகு)

- ஏ என்ற எழுத்தில் முடிந்தால் ய அல்லது வ எது வேண்டுமானாலும் வரலாம்.

- உ என்ற எழுத்தை முழுவதும் உச்சரிக்காமல் சுருக்கினால் அதற்கு குற்றியலுகரம் என்று பெயர் (காசு / பேசு)

- குற்றியலுகரத்துக்கான விதிகள்

  ❖ உகரம் சொல்லின் கடைசியில் வர வேண்டும்

  ❖ கு சு டு து பு று என்ற ஆறு உகரங்கள்தான் குறுகும்

  ❖ தனிக்குறிலுக்கு பின் வந்தால் குறுகாது (பசு விசு)

- குற்றியலுகரத்தில் முடியும் சொல்லின் பின் உயிரில் தொடங்கும் சொல் வந்து புணர்ந்தால் முதல் சொல்லில் இருக்கும் உகரம் மறைந்துவிடும். (நாற்று + அழகு = நாற்றழகு)

3. வலி மிகும் இடங்கள்

கள்வரே கள்வரே என்று சன்னமான குரலில் ஷ்ரேயா கோஷல் கொஞ்சிக் கொண்டிருக்க தினேஷ் கணினி திரையில் கவனமாக இருந்தான். 'ஏண்டா, இலக்கணம் அவ்வளவு பிடிச்சுப் போச்சா. இந்த பாட்டையே கேட்கற' என்றபடியே அவனைக் காப்பிக்கு இழுத்தான் சுரேஷ்.

'இதில் என்னடா இலக்கணம்?'

'இந்த பாட்டோட வரிகளை முழுசா கேட்டு இருக்கியா? வலிமிகும் இடங்கள் வலிமிகா இடங்கள் தமிழுக்குத் தெரிகின்றதேன்னு வைரமுத்து எழுதி இருக்காரு. அப்படின்னா என்ன தெரியுமா?'

'நீயே சொல்லிடுடா'

'ஒரு சின்ன எடுத்துக்காட்டு சொல்லறேன். இடைத் தேர்தல் தெரியுமா?'

'ஆமாம் எதாவது தொகுதியில் எம்பி எம்எல்ஏ இறந் துட்டா வைப்பாங்க'

'அதே! ஆனா அதையே இடை தேர்தல்ன்னு சொன்னா?'

'ஆஹா! அந்த காலத்து சிம்ரன் அக்கா சிம்பிளா ஜெயிப் பாங்களே.'

'பார்த்தியா, ஒரு சின்ன த் எப்படி ஒரு வித்தியாசம் காட்டுதுன்னு. இதைத்தான் சொன்னேன். நீ பாட்டு கேட்கும் பொழுது.'

'இதுக்கும் அந்தப் பாட்டுக்கும் என்ன சம்பந்தம்?'

'இந்த மாதிரி கூடுதலா வர எழுத்துகள் நாலே நாலுதான் - க், ச், த், ப். இது நாலுமே வல்லின எழுத்துகள்தான் பார்த்தியா. அதனால இது கூடுதலா வரும் இடங்களை வலி மிகும் இடங்கள் அப்படின்னு சொல்லுவாங்க.'

'இது கூடுதலா வரக்கூடாத இடம்தான் வலி மிகா இடங்களா?'

'அதே! இப்போ புரியுதா வலிமிகும் இடங்கள் வலிமிகா இடங்கள் தமிழுக்குத் தெரிகின்றதே அப்படின்னா என்னன்னு'

'தமிழுக்குத் தெரிஞ்சா என்ன புண்ணியம். என்னை மாதிரி ஆளுங்களுக்குத்தானே தெரியணும். இல்லை நாங்க எழுதறதைப் பார்த்தா தமிழுக்குக் கூட தமிழ் மறந்து போயிடும்.'

'இதுக்கு ரொம்ப ஈசியா ஒரு வழி இருக்கு. மு. வரதராசன் அப்படின்னு ஒரு பெரியவர். நிறையா கதை கட்டுரை எல்லாம் எழுதினவரு. அவரு என்ன சொல்லி இருக்காரு தெரியுமா? சொல்லிப் பார், புரிந்து கொள் அப்படின்னு சொல்லி இருக்கார். அதாவது சொல்லிப் பார் அப்படின்னு சொன்னா அங்க ப் வருது. புரிந்துகொள் அப்படின்னு சொன்னா வரலை. சிம்பிளா ஒரு விதிமுறை வேணுமுன்னா அந்த வார்த்தைகளை உச்சரிச்சுப் பாரு. அப்பவே அங்க வலி மிகுமா மிகாதான்னு தெரியும் அப்படின்னு சொல்லறாரு.

அதாவது, உச்சரிப்பில் முதல் வார்த்தையோட கடைசியில் ஒரு அழுத்தம் இருந்தா அங்க வலி மிகும். உதாரணமா தங்க மகன் அப்படின்னு சொன்னா நடுவில் இல்லாத அழுத்தம் தங்கக்கட்டி அப்படின்னு சொன்னா வருது பாரு.'

'ஆனா இது ஒரு trial and error மாதிரி இருக்கே. இதுக்குன்னு விதிமுறை எல்லாம் கிடையாதா?'

'இல்லாமலா? சொல்ல ஆரம்பிச்சாத் தாங்க மாட்ட. அவ் வளவு இருக்கு. ஆனா இருக்கிறது எல்லாத்தையும் பத்திப் பேசாம நமக்கு இப்போ தேவையா இருக்கிறதைப் பத்தி மட்டும் சொல்லறேன். முதலில் சொன்ன மாதிரி இந்த மாதிரி கூடுதலா வரக்கூடிய எழுத்துகள் க், ச், த், ப் என்ற நான்கு எழுத்துகள்தான். அதனால இரண்டாவதா வர வார்த்தை இந்த நாலு மெய் கொண்ட உயிர்மெய் எழுத்தில்தான் ஆரம்பிக் கணும். புரியுதா?'

'க், ச், த், ப் - ஞாபகம் வைக்க ஒரு நல்ல ஐடியா வேணுமே! கட்டி ச் தரும் பெண் அப்படின்னு ஞாபகம் வெச்சுக்க வேண்டியதுதான்!'

'வேற நினைப்பே கிடையாதோடா உனக்கு?! காப்பி சூடாகத் தரும் பேரர் அப்படின்னு கூடத்தான் சொல்லலாம். அதனால தான் நாம முன்னாடி பார்த்த உதாரணத்தில் தங்கக்கட்டியில் மிகுந்த வலி தங்க மகன் என்ற பொழுது மிகாமல் ஆச்சு.'

'புரியுது. இரண்டாவது வார்த்தை கசதப மாதிரி உயிர்மெய் கொண்டு தொடங்கலைன்னா வலி மிகாது. ஓக்கே. அப்புறம்?'

'இனிமே என்ன செய்யப் போறேன்னா, இதுக்கு நிறையா விதிகள் இருக்கு. அதோட டெக்னிகல் மேட்டரை எல்லாம் மூட்டை கட்டி வெச்சுட்டு, எவ்வளவு சிம்பிளா சொல்ல முடியுமோ அப்படி சொல்லறேன். சரியா? முதல்ல, எதையா குறிப்பிட்டு சொல்லும் பொழுதோ, கேட்கும் பொழுதோ நாம அந்த, இந்த, எந்த அப்படின்னு எல்லாம் கேட்கறோம் பாரு. இப்படி சொல்லும் பொழுது வலி மிகும்.

உதாரணமா கொத்தனார் நோட்ஸ் நல்லா இருக்கு அப்படின்னு சொல்ல, இந்தப் புத்தகம் நல்லா இருக்குன்னு சொல்லணும். நானே நாளைக்கு வேற ஒரு புத்தகம் எழுதினா அந்தப் புத்தகமும் நல்லா இருக்கு அப்படின்னு சொல்லணும். யாராவது எந்தப் புத்தகம்ன்னு கேட்டா எல்லாம் இந்தக் கொத்ஸ் எழுதின புக்குதான்னு சொல்லணும்.'

'அடப்பாவி இருபது பக்கம் கூட எழுதலை, அதுக்குள்ள புத்தகத் துக்குப் போஸ்டரா? ஆனா சொன்ன மேட்டர் புரியுது. அந்த, இந்த, எந்த அப்படின்னு வந்தா வலி மிகும்.'

'அந்த, இந்த மட்டுமில்லை அந்தக் காலம் என்பதை அக் காலம்ன்னு சொல்லுவாங்க. இந்தப் படத்தை இப்படம்ன்னு சொல்லுவாங்க இல்லையா. இந்த மாதிரி அக்காலம், இப்படம், எக்கணம் அப்படின்னு சொல்லும் பொழுதும் வலி மிகும். அது மட்டுமில்லை அப்படி, இப்படி, எப்படி, அந்த, இந்த, எந்த - இது எல்லாம் வந்தால் கூட வலி மிகும்.'

'அது தெரியுமே. அதான் அப்படி ப் போடு போடு தன்னாலே அப்படின்னு இளைய தளபதியே சொல்லி இருக்காரே! அப்படி ப் போடாதே போடாதேன்னு சொல்லலையே! எனவே, அப்படி என்று வந்தால் வலி மிகும் மை லார்ட்!'

'தலையெழுத்து! உனக்கெல்லாம் இலக்கணம் சொல்லிக் குடுக்க கிளம்பினேன் பாரு, எனக்கு இதுவும் வேணும். இன்னமும் வேணும்.'

'கோச்சுக்காதேடா! இப்படி எல்லாம் கொஞ்சம் தமாஷ் செஞ்சா எனக்கு நல்ல நினைப்பில் இருக்கும்டா. அதான் அப்படி எல்லாம் நடுவில் சொல்லிக்கிறேன். நீ மேல சொல்லு.'

'அடுத்ததா நாம முன்னாடி குற்றியலுகரம் பார்த்தோம் ஞாபகம் இருக்கா? அந்த மாதிரி குற்றியலுகர வார்த்தைகளுக்குப் பின் னாடி க்ச்த்ப் போன்ற மெய்யில் தொடங்கும் வார்த்தைகள் வந் தாலும் வலி மிகும். ஏண்டா குழப்பறன்னு நீ ஆரம்பிக்கறதுக்கு முன்னாடி ஒண்ணு சொல்லறேன். பாட்டுப் பாடு.'

'நீயே பாடா படுத்தற. இதில் நான் வேற பாட்டுப் பாடணுமா?'

'உன்னைப் பாடச் சொல்லலைடா. பாட்டுப் பாடுன்னு குற்றிய லுகரத்துக்குப் பின்னாடி எப்படி எக்ஸ்ட்ரா மெய்யெழுத்து வருது பாருன்னு எடுத்துக்காட்டினேன்.'

'நல்லாக் காட்டின போ! தேக்கு மரம் அப்படின்னு சாதாரணமா வந்தாலும் தேக்குப் பலகை அப்படின்னு மாறிடும். காரணம் மரம் நம்ம கசதப சூத்திரத்தில் இல்லை ஆனா பலகை இருக்கு. சரியா?'

'ரொம்ப சரி. இவ்வளவு நேரம் சொன்னதை கொஞ்சம் சேர்த்து சொல்ல வந்தா - அந்தத் தேக்குப் பலகை - இதுல அந்த பின்னாடி யும் சரி தேக்கு பின்னாடியும் சரி வலி மிகுந்து வந்திருக்கு பாரு. ஆனா ஒரு கண்டிஷன் இருக்கு. எல்லாக் குற்றியலுகரத்துக்குப் பின்னாடியும் வலி மிகாது. அந்த குற்றியலுகரத்துக்கு முன்னாடி ஒரு வல்லின மெய் இருக்கணும். அதாவது தேக்கு, பாட்டு, பேச்சு, காட்டு இப்படி வரணும். அதில்லாம ஒரு மெல்லின எழுத்து வந்தால் பொதுவா வலி மிகாது'

'பொதுவான்னா? அப்போ அங்கவும் எதாவது எக்ஸெப்ஷன் இருக்கா?'

'இருக்கே. சில சமயங்களில் குரங்குக்குட்டி, மருந்துக்கடை, பாம்புப்புற்று இப்படி சில இடங்களில் மட்டும் வலி மிகுந்து வரும். நான் முன்னாடி சொன்ன மாதிரி இந்த வார்த்தைகளை

உச்சரிக்கும் போதே இங்க வலி மிகும் அப்படின்னு ஈசியாத் தெரியும்.'

'ம்ம்...'

'என்னடா சத்தமே அமுங்கிப் போச்சு? இன்னிக்கு கொஞ்சம் ஓவர் டோஸ் ஆச்சோ?'

'ஆமாண்டா. என்னமோ ரொம்ப கேட்டுட்ட மாதிரி இருக்கு.'

'சரி, இன்னிக்கு இதோட நிறுத்திக்கலாம். போறதுக்கு முன்னாடி இன்னிக்குத் தெரிஞ்சுக்கிட்டதைப் பார்க்கலாமா?'

'ம்ம்.'

'பாயிண்ட் பாயிண்டா சொல்லறேன்.

- ரெண்டு வார்த்தைக்கு நடுவில ஒரு மெய்யெழுத்து எக்ஸ்ட்ராவா வந்தா அப்போ வலி மிகும் அப்படின்னு சொல்லறோம்.

- க் ச் த் ப் - இந்த நாலு மெய்யெழுத்துதான் எக்ஸ்ட்ராவா வரும்

- எதாவது ஒண்ணைக் குறிப்பிட்டு சொல்லும் பொழுது வலி மிகும் - அந்த, இந்த, எந்த, அப்படி, இப்படி, எப்படி

- வல்லினத்தை தொடர்ந்து வரும் குற்றியலுகரத்தோட சேரும் பொழுது வலி மிகும் - பாட்டு, காட்டு, பேச்சு, மூச்சு

- சில சமயங்களில் மட்டும் மற்ற குற்றியலுகரத்துக்குக் கூடவும் வலி மிகும் - மருந்து பாம்பு குரங்கு கன்று'

'நாலஞ்சு பாயிண்ட்தான் சொல்லி இருக்க. அதுக்கே மூச்சு முட்டுதே.'

'நிதானமாப் போகலாம். என்ன அவசரம். மீதியை அடுத்த வாட்டி சொல்லித் தரேன். இப்போ வா, போய் வேலையைப் பார்க்கலாம்.'

4. ஐ!

'ஏண்டா சுரேஷ், இன்னிக்கு என்ன பாட்டோடடா க்ளாஸ் ஆரம்பிக்கப் போற?' என்று கேட்டுக் கொண்டு லஞ்ச் ரூமுக்கு வந்தான் தினேஷ்.

'அடப்பாவி, ரஜினி படம் மாதிரி, ஆரம்பத்தில் எஸ்பிபி பாட்டு பாடிதான் ஆரம்பிக்கணுமா? அதெல்லாம் அந்தக் காலம்டா. நாம எல்லாம் ரோபோ ரஜினி மாதிரி சும்மா சாதாரணமாவே இருப்போம்.'

'அதெல்லாம் சரியில்லை. நம்ம நோட்ஸைப் படிக்கிற வங்க, நேயர் விருப்பம் மாதிரி இந்த வாட்டி ச் தா ச் தா அப்படின்னு ஆரம்பிக்கச் சொல்லறாங்களே!'

'சரியாப் போச்சு. அவங்க அப்படிச் சொன்னா இருக் கட்டும். நான் வேணா ஐர ஐர ஐ-டாப்பா, ஐர ஐர ஐ-டாப்பா அப்படின்னு ஒரு பாட்டை போடறேன்.'

'ஆஹா! அடுத்தது ஐ பத்தி எதோ சொல்லப் போற போல. சரியா புரிஞ்சுதுன்னா நானும் ஐ!ன்னு துள்ளிக் குதிக்கறேன்'

'டேய் நிறுத்துடா. விட்டா இப்படி சினிமாப் பாட்டு பத்திப் பேசியே ஒட்டிடுவே. நான் ஐன்னு சொன்னதுக்குக் காரணம் என்னன்னா, ஒரு வார்த்தை ஐ அப்படின்னு முடிஞ்சா அப்பவும் வலி மிகும். அதாவது என்னைச் சொன்னால், உன்னைக் கேட்டால், அவனைப் பிடித்தால், தலையைச் சொறிந்தால், பையைக் கொடுத்தால், வாயைப் பிடுங்கினால் இப்படி எல்லாம்'

'அந்தத் தேக்குப் பலகையைக் கேட்டால்...'

'அட, சரியா சேர்த்துட்டியே! வெரி குட். தமிழ்ல வேற்றுமைன்னு ஒரு விஷயம் இருக்கு. நான் ஏண்டா லேட்டுன்னு கேட்டதுக்கு ஆபீசுக்கு லேட்டு, ஆபீசால லேட்டு, ஆபீசில்தான் லேட்டு அப்படின்னு பாட்டு பாடினயே. அதுல பாரு, முதல் வார்த்தை ஆபீஸ், ரெண்டாவது வார்த்தை லேட்டு. ஆனா ஆபீசில், ஆபீசால், ஆபீசுக்கு அப்படின்னு சொல்லும் போது ஒவ்வொரு வரியிலும் மீனிங் மாறுது இல்லையா? இதுதான் வேற்றுமை. மொத்தம் எட்டு விதமான வேற்றுமை இருக்கு. அதுவும் முக்கிய மான மேட்டர்தான். ஆனா அதை அப்பாலிக்கா பார்த்துக்கலாம்.

இந்த லிஸ்ட்ல ரெண்டாவது விதம்தான் நாம சொன்ன இந்த ஐ. எங்க எல்லாம் இந்த ஐ சேர்ந்து ஒரு வார்த்தை வருதோ அங்க எல்லாம் வலி மிகும்.

இதே மாதிரி எங்க எல்லாம் கு சேருதோ அங்கவும் வலி மிகும். அவனுக்குத் தா, நடிகைக்குக் காயம், ஹீரோவிற்குக் கொடு, இப்படி ஐ மாதிரி கு சேர்ந்தாலும் வலி மிகும். ஒரு தகவலுக்காக சொல்லறேன். இந்த கு இருக்கே, இது நம்ம வேற்றுமை விதங்களில் நாலாவது.'

'ஐ வந்தா வலி மிகும், கு வந்தா வலி மிகும். சில பேரு எழுதற ஹைக்கூ வந்தாலும் வலி மிகும்.'

'மிகும் மிகும். இந்த மாதிரி எல்லாம் கவுஜயைப் படிச்சா ஏன் மிகாது. சரி, நம்ம விஷயத்துக்கு வா. சில சமயங்களில் இந்த எக்ஸ்ட்ரா எழுத்துகள் இருக்கே. அதைச் சொல்லாமல் விட்டுடு றோம். ஆனாலும் அர்த்தம் மாறாம இருக்கும். தண்ணீர் குடித் தான்னு சொன்னா, தண்ணீரைக் குடித்தான் அப்படின்னுதானே அர்த்தம். இந்த மாதிரி அந்த வேற்றுமைக்கான எழுத்தை சாய்ஸில் விட்டா அதுக்கு வேற்றுமைத் தொகை அப்படின்னு பேரு.'

'கையில் இருக்கும் காசு சீக்கிரமே செலவாகி மறைந்து போகுதே. அதான் அதையும் தொகைன்னு சொல்லறோமா?'

'இந்த மாதிரி வகை தொகை இல்லாமப் பேசாதே! அப்புறம் சொல்ல வந்தது விட்டுப் போயிடும். மறைந்து இருக்கிறது இந்த வேற்றுமைத் தொகை மட்டும்தான். அதில் இன்னும் நிறையா

விஷயங்கள் இருக்கு. அதை அப்புறமா பார்க்கலாம். ஆனா இப்போதைக்கு இந்த ஐ, கு போன்ற எழுத்துகள் மறைஞ்சு வந்தா அது வேற்றுமைத் தொகை.'

'ஓக்கே. மேல போ.'

'சில சமயங்களில் இந்த எழுத்துகளோட இன்னும் சில வார்த்தை யும் கூட மறையலாம். உதாரணமா தண்ணீர்த் தொட்டி அப்படின்னு சொன்னா நமக்கு என்ன புரியுது? தண்ணீரைக் கொண்ட தொட்டி அல்லது தண்ணீரை உடைய தொட்டின்னு தானே அர்த்தம். இங்க பார்த்தா தண்ணீருக்குப் பின்னாடி வரும் ஐ மட்டும் இல்லாம அதுகூட கொண்ட அல்லது உடைய அப்படின்னு அர்த்தத்தை முழுசாத் தர வார்த்தையும் கூட மறைந்து வந்திருக்கு பார்த்தியா.'

'ம்.'

'இப்போ கொஞ்சமே கொஞ்சம் கஷ்டப்படுத்தறேன். இந்த ஐ, கு எல்லாம் இருக்கு இல்லையா? அதுக்கு வேற்றுமை உருபு அப்படின்னு பேரு. இந்த உருபும் மறைஞ்சு போச்சு. அதோட அந்த முதல் வார்த்தையோட பயன் என்னன்னு சொல்லும் அடுத்த வார்த்தையும் மறைஞ்சு போச்சு. இல்லையா? இதைத்தான் வேற்றுமை உருபும் பயனும் உடன் தொக்கத் தொகை அப்படின்னு டெக்னிகலாச் சொல்லணும்.'

'குழப்பிட்டியே!'

'சரி. அதை எல்லாம் விட்டுடு. ஒரு சில இடங்களில் பெருசாச் சொல்ல வேண்டியதை சின்னாதாச் சொன்னாலும் பொருள் மாறாம வரும். அப்படி இருக்கும் போது சொல்லாம விடற விஷயங்களில் ஐ, கு போன்ற எழுத்துகளும் அந்த சொற்களில் முழுசா அர்த்தம் வரதுக்காக இருக்கும் வார்த்தையும் மறைஞ்சு வரும். அப்படி மறைஞ்சு வந்தா வலி மிகும். கொஞ்சம் எடுத்துக் காட்டுகள் பார்த்தா இது ஈசியாப் புரியும்.

தண்ணீர்த் தொட்டி = தண்ணீரை உடைய தொட்டி → இதுல ஐ +உடைய காணாமல் போகுது → இங்க வலி மிகும். எனவே தண்ணீர் த் தொட்டி.

கூலிப் படை = கூலிக்கு போரிடும் படை → கு+போரிடும் போகுது → இங்க வலி மிகும்.'

'இந்த விதத்திலும் ஐ, கு மட்டும்தான் வருமா? இல்லை வேற எதாவது கூட இருக்கா?'

' சரியாக் கேட்டடா. இந்த மாதிரி வரும் பொழுது இன்னும் ரெண்டு வேற்றுமைகள் சேர்ந்துக்கும். நம்பர்ப்படி சொல்லண முன்னா, இந்த விதத்தில் 2,3,4,7 என்ற நாலு வேற்றுமை விதங்களில் வலி மிகும். ரெண்டுன்னா ஐ, நாலுன்னா கு. இது ரெண்டும் நமக்கு இப்போ நல்லாத் தெரியும். மூணாவதுக்கும் ஏழாவதுக்கும் இப்படி ஒரு எழுத்தோட நிக்காம ரெண்டு மூணு டைப் இருக்கு.

கண்ணால் காண்பதும் பொய் - இங்க ஆல் என்பது வேற்றுமை. ராஜாவோடு சென்றேன் - இங்க ஓடு என்பது வேற்றுமை. இதையே ராஜாவுடன் சென்றேன்னு சொல்லலாம் அப்போ உடன் என்பது வேற்றுமை. இதுதான் மூன்றாவது வேற்றுமை.

இந்த மாதிரி ஆல் ஆன் ஓடு ஓடு உடன் இது கூட வர வார்த்தை மறைஞ்சு வந்தா அப்ப வலி மிகும்.

வெள்ளித் தட்டு - வெள்ளியால் செய்யப்பட்ட தட்டு. இங்கவும் ஆல்+செய்யப்பட்ட என்பது மறைவதினால் வலி மிகும்.'

'இருப்பா. கொஞ்சம் நில்லு. தலை சுத்துது.'

'இன்னும் ஒண்ணே ஒண்ணு சொல்லிட்டு நிறுத்தறேன். இந்த ஏழாம் வேற்றுமை மட்டும் என்னன்னு பார்த்துடலாம். இதுல இல், கண், இடம்ன்னு மூணு சாய்ஸ் இருக்கு. பையில் பணம் இருக்கு, உன்னிடம் என்ன இருக்கு, வீட்டின்கண் விருந்தினர் இருக்கின்றனர் - இப்படி எல்லாம் சொல்லலாம். இதுல கண் என்பதை இந்த அர்த்தத்தில் நாம சொல்லறதே இல்லை. இந்த ஏழாம் வேற்றுமையும் வேற ஒரு வார்த்தையோட மறைஞ்சு வந்தா அப்பவும் வலி மிகும்.

உதாரணமா தண்ணீர்ப் பாம்பு → தண்ணீரில் இருக்கும் பாம்பு → இல் + இருக்கும் மறையுது → எனவே வலி மிகும்.'

'இன்னிக்கு சொல்லிக் குடுத்தது ரொம்ப குழப்பமா இருக்குடா.'

'சரி இதுவரை சொன்னது எல்லாம் மறந்து போயிடு. எதையும் ஞாபகம் வெச்சுக்காதே. வெறும் எடுத்துக்காட்டுகளை மட்டும் ஞாபகம் வெச்சுக்கோ. இது மாதிரி வந்தா வலி மிகும்

அப்படின்னு தெரிஞ்சுக்கிட்டாப் போதும். வழக்கம் போல அந்த வார்த்தையை எழுதும் போது உச்சரிச்சுப் பாரு. வலி மிகுமான்னு தெரிஞ்சுடும்.

தண்ணீர்த் தொட்டி = தண்ணீர் (ஐ உடைய)த் தொட்டி

தண்ணீர்ச் சண்டை = தண்ணீர்(க்கு போடப்படும்)ச் சண்டை

தண்ணீர்க் கலவை = தண்ணீர் (ஓடு கலந்த)க் கலவை

தண்ணீர்ப் பாம்பு = தண்ணீர் (இல் இருக்கும்)ப் பாம்பு

எழுதும் பொழுது, அதை இந்த மாதிரி விரிவு படுத்த முடியு மான்னு பாரு. விரிவு படுத்த முடியும்ன்னு தோணும் பொழுது உச்சரிப்பில் அழுத்தம் இருக்கான்னு பாரு. அழுத்தம் இருந்தா க் ச் த் ப் - இதில் எதை சேர்க்கணுமோ சேர்த்துடு. அவ்வளவு தாம்பா.'

'இவ்வளவு தண்ணிக்கு அப்புறம் என்னடா ஞாபகம் இருக்கப் போகுது. அட்லீஸ்ட் நல்லாவாவது இருக்கும். இப்படியே இருக்கட்டும்.'

'இன்னிக்கு ரொம்ப பேஜார் ஆயிட்ட. அதனால கடைசியா சிரிக்கிற மாதிரி ஒண்ணு சொல்லித்தரேன் கேளு. ஆய் போய் வந்தா வலி மிகும்.'

'ஏண்டா உனக்கு என்ன மூல வியாதியா? இப்படி சொல்லற?'

'அடப்பாவி, உனக்கு சிம்பிளா இருக்கணுமேன்னு சொன்னா எனக்கே திருப்பி விடறயா? நன்றாய்ப் போகிறது, போய்ப் பார்த்து வா இப்படி ஆய் போய் சேர்ந்து வர வார்த்தைகளுக்கு வலி மிகும். இதையே நன்றாகப் போகிறது, போகக் கூடாதுன்னு சொன்னாலும் வலி மிகும். ஆக, போக, ஆய், போய் என்று முடியும் வார்த்தைகளுக்கு பின் வலி மிகும். ஓக்கே?'

'யப்பா, கடைசியா இன்னிக்கு சொன்ன உடனே புரியற மாதிரி ஒண்ணு சொல்லிட்ட. ரொம்ப நன்றி.'

'இன்னிக்கு சொன்னதை திரும்பச் சொல்லறேன்.

● ஐ சேர்ந்து முடிஞ்சாலோ கு சேர்ந்து முடிஞ்சாலோ வலி மிகும்
   (அவனைப் பார், அவனுக்குத் தா)

- ஐ, கு, ஆல், ஓடு, இல் இடம் - இந்த மாதிரி முடிய வேண்டிய இடங்களில் இந்த எழுத்துகள் மறைந்து அதன் கூட அந்த பொருளை முழுமையாகத் தரும் சொல்லும் மறைந்து வந்தால் வலி மிகும் (மேல இருக்கும் தண்ணி கேசுங்களைப் பார்த்துக்கோ)

- ஆக, போக, ஆய், போய் என முடியும் வார்த்தைகளுக்குப் பின் வலி மிகும் (நன்றாகப் போகிறது, நன்றாய்ப் போகிறது)'

'இதோட இந்த வலி மிகும் மேட்டர் முடிஞ்சுதாடா?'

'இதுதான் கொஞ்சம் கஷ்டமான இடம். இதோட அல்மோஸ்ட் முடிச்சாச்சு. இன்னும் கொஞ்சமே கொஞ்சம் இருக்கு. அதை அடுத்தவாட்டி சொல்லறேன். இப்போதைக்கு இது வரை சொன்னதில் சந்தேகம் எதாவது இருந்தால் கேளு.'

5. எட்டு-பத்து

'என்ன வித்யா, வாசனை சும்மா மூக்கைத் துளைக்குது. என்ன விசேஷம்? என்னைச் சாப்பிட வரச்சொல்லி இருக்க?'

'வாங்கண்ணா. வீட்டில ஊருக்குப் போயிருக்கறதா தினேஷ் சொன்னாரு. அதான் சாப்பாட்டுக்கு நம்ம வீட்டுக்குக் கூட்டிக்கிட்டு வரச் சொன்னேன்.'

'உன் சமையலைத்தான் அடிக்கடி ஆபீசில் சாப்பிடறேனே. எப்போ கூப்பிட்டாலும் வர வேண்டியதுதான்னு காத்துக்கிட்டு இருந்தேன். கூப்பிட்டாச்சு. வந்தாச்சு.'

'எப்போ பாரு சினிமா சினிமான்னு இருப்பாரு. நைசா அந்த சினிமாவைப்பத்திப் பேசியே இவரை இலக்கணத்துக்குள்ள திருப்பிட்டீங்களே! இப்போ எப்பவும் இங்கக் வருமாத் வருமான்னு என்னைப் போட்டுப் படுத்தி எடுத்துக்கிட்டு இருக்காரு.'

'நீதான் தமிழ் ஆராய்ச்சி எல்லாம் பண்ணறவளாச்சே. சொல்ல வேண்டியதுதானே.'

'நீங்கதான் அவருக்கு வேண்டிய மாதிரி சொல்லிக் குடுக்க நீங்க. இன்னிக்கு என்ன பாட்டு? மார்கழிப் பூவே, மார்கழிப் பூவே உன் மடி மேலே ஓரிடம் வேண்டுமா?'

'இருக்கலாம். இல்லை கொஞ்சம் சாஸ்த்ரோத்தமா மார்கழித் திங்கள் மதி நிறைந்த நன்னாளாம் அப்படின்னு வேணா ஆரம்பிக்கறேன்.'

'ஏன்? தைப் பொங்கலும் பொங்குது பாலும் பொங்குது சேர்த்துக் கொள்ளடியோன்னு பாடக் கூடாதா?'

'கூடாதுன்னு சொன்னேனா? கூடவே ஆடிப் பட்டம் தேடிச் செந்நெல் விதை போட்டுன்னு வேணாலும் பாடறேன்'

'டேய் டேய் டேய். நிறுத்துங்கடா. நானும் பார்க்கறேன். என்னாமோ வந்ததுலேர்ந்து நீங்க ரெண்டு பேரும் என்னமோ மாத்தி மாத்தி பாட்டுக்குப் பாட்டு ரேஞ்சில் பாடிக்கிட்டு இருக்கீங்க. ரெண்டு தெலுங்கு சாப்ட்வேர்காரங்க நடுவில் மாட்டிக்கிட்ட தமிழன் மாதிரி நான் திருதிருன்னு முழிச்சுக்கிட்டு இருக்கேன். விஷயம் என்னான்னு சொல்லுங்கடா'

'உனக்காக எல்லாம் உனக்காக, நாங்க பாட்டுப் பாடி சொல்லித் தரது உனக்காக.'

'அடி வாங்கப் போறீங்க. விஷயத்தைச் சொல்லுங்கடா'

'என்ன வித்யா, பையன் ரொம்பக் கேட்கறான். சொல்லிடலாமா? நீயே சொல்லு.'

'தினேஷ், அந்த எல்லா பாட்டையும் பாருங்க. தமிழ் மாசத்தோட பெயர் வந்தா அதுக்குப் பின்னாடி வலி மிகும். அதைத்தான் ரெண்டு பேரும் பாட்டாவே பாடிச் சொன்னோம். மார்கழிப் பூவே, மார்கழித் திங்கள், தைப் பொங்கல், ஆடிப் பட்டம் - இங்க எல்லாம் பாருங்க. வலி மிகுந்து வருது.'

'அடப்பாவிகளா, இந்த ஒரு விஷயத்துக்குத்தான் ரெண்டு பேரும் அவ்வளவு டூயட் பாடினீங்களா? நல்லா இருங்க!'

'இன்னிக்கு எனக்கு உதவி செய்ய வித்யா இருக்கா. அதனால இன்னிக்கு இப்படியே பாடம் நடத்தலாம் போல இருக்கே. தங்கத் தாமரை மகளே வா அருகே!'

'வெள்ளைப் புறா ஒன்று ஏங்குது கையில் வராமலே...'

'ஸ்ட்ராபெரிப் பெண்ணே, விண்வெளிக் கண்ணே...'

'செல்லக் கிளிகளாம் பள்ளியிலே, செவ்வந்திப் பூக்களாம் தொட்டிலிலே.'

'மழைக்கால மேகம் ஒன்று மடி ஊஞ்சல் ஆடியது.'

'மயில் போலப் பொண்ணு ஒண்ணு...'

'சரி சரி. நிறுத்துங்க. தங்கத் தாமரை, வெள்ளைப் புறா, ஸ்ட்ராபெரிப் பெண்ணே, செல்லக் கிளிகளாம் - இதெல்லாம் வெச்சு என்னவோ சொல்லப் போறீங்க. என்ன விஷயம்?'

'ரெண்டு மூணு விஷயம் சேர்த்துச் சொல்லப் போறேன். பொறுமையாக் கேளு. பண்புத் தொகைன்னு ஒரு விஷயம் இருக்கு. தொகைன்னா மறைந்து வரதுன்னு ஏற்கனவே பார்த் தோம். ஆன, ஆகியன்னு வரவேண்டியது இது இல்லாம வரதைத் தான் அப்படிச் சொல்லறோம். தங்கத்தால் ஆகிய தாமரை, வெள்ளையான புறான்னு சொல்ல வேண்டியதை தங்கத் தாமரை, வெள்ளைப் புறான்னு சொல்லறோம் பாரு. இதுதான் பண்புத் தொகை. இந்த மாதிரி பண்புத் தொகைல வலி மிகும்.

இதையே, சில சமயங்களில் ஒண்ணுக்கு ரெண்டா ரெண்டு பண்பு களை சொல்லும் பொழுதும் வலி மிகும். மழை+காலம், செவ் வந்தி+ பூக்கள். பொதுவா இதுல ஒரு Specific Name கூட ஒரு Generic Name இருக்கும் செவ்வந்தி, பூக்கள் என்பது போல. இப்படி ரெண்டு பண்புகளைக் கொண்ட சொற்கள் வந்தாலும் வலி மிகும்.

கடைசியா ஒரு பொருளுக்கு உவமையா இன்னும் ஒண்ணைச் சொல்லும்போது அதைப் போல, அதைப் போன்றன்னு சொல்ல றோம் இல்லையா. அந்த போல / போன்ற எல்லாம் மறைவா வந்தா அது உவமைத் தொகை. ஸ்ட்ராபெரி போன்ற பெண் ணேன்னு சொல்லறதுக்குப் பதிலா ஸ்ட்ராபெரிப் பெண்ணேன்னு சொல்லும் போதும் வலி மிகும். அதே சமயம் அது மறையாமல் வந்தாலும் வலி மிகும். அதனாலதான் மயில் போலப் பொண்ணு ஒண்ணு! '

'எப்பவும் சினிமாப் பாட்டுத்தானா அண்ணா? நான் இந்த முறை ஒரு திருப்புகழ்லேர்ந்து ஒரு பாட்டு எடுத்து விடப் போறேன்.'

'ஆஹா! செய்யேன்.'

'நாடித் தேடித் தொழுவார்பால் நானத்தாகத் திரிவேனோ, மாடற் கூடற் பதிஞான வாழ்வைச் சேரத்தருள்வாயே'

'அம்மா, தாயே! நீங்க ரெண்டு பேரும் இலக்கணம் பேசி என்னைக் கொல்லறதே போதும். இதுல நீ பாட்டு வேறப் பாடிக் கொல்லாதே. நேரடியா விஷயத்தையே சொல்லு.'

'ஏண்டா, அவளை எதாவது சொல்லிக்கிட்டே இருக்க. அவ சொல்ல வந்தது என்ன தெரியுமா? நாடி, தேடி மாதிரி இ என ஒலித்து முடியும் வார்த்தைகள் வந்தால் வலி மிகும். இதைத்தான் கமல் கூட தேடிப் பார்க்குறேன் காந்தியைத்தான் காணும்ன்னு பாடினாரு.

வித்யா, அடுத்து என்ன நம்பர் பாட்டுப் பாடலாமா? ஒண்ணு ரெண்டு மூணு நாலு அஞ்சு ஆறு'

'இப்போ என்ன நம்பர் வந்தா வலி மிகுமா? ரெண்டு பந்துன்னு சொல்லுவோம் ரெண்டுப் பந்துன்னா சரியா வரலையே!'

'வராது ராசா வராது. எட்டு, பத்து - இது ரெண்டு மட்டும்தான் ஸ்பெஷல். இந்த ரெண்டு நம்பர் வந்தால் மட்டும்தான் வலி மிகும். அதான் ரஜினி எட்டு எட்டா மனுசன் வாழ்வை பிரிச்சுக்கோன்னு பாடினாரு. கமல் பத்துக்குள்ளே நம்பர் ஒண்ணு சொல்லுன்னு ஆடினாரு. இந்த ரெண்டு நம்பர் தவிர வேற நம்பர் வந்தா வலி மிகாது!'

'என்னடா, மெதுவா எங்க வராதுன்னு சொல்ல ஆரம்பிச்சுட் டீங்க? வலி மிகும் இடங்கள் முடியப் போகுது போல இருக்கே!'

'இன்னும் கொஞ்சம் இருக்கு. ஒரு வசனம் சொல்லறேன் கேட்டுக்கோ.'

'சொல்லு.'

'போர்க் களம் போகாதேயெனத் தாய்ப் பாசம் இருந்தாலும் தடுக்க மாட்டாள் தமிழ்த் தாய்'

'என்னடா இது என்னமோ ஹூசுத்தனமா இருக்கு?'

'அது ஒண்ணும் இல்லைங்க. ய், ர், ழ் இந்த எழுத்துல முதல் வார்த்தை முடிஞ்சு ரெண்டாவது வார்த்தை ஒரு பெயர்ச்சொல்லா இருந்த வலி மிகும். அதைத்தான் அண்ணா அப்படிச் சொல்ல றாரு. அந்த ஒரு வரியை ஞாபகம் வெச்சுக்கிட்டா மறக்காம இருக்கலாம் பாருங்க.'

'மோர்க்குழம்பில் மிளகாய்க் காரம்தான் தமிழ்ச் சமையல் - இப்படி ஞாபகம் வெச்சுக்கறேன். செய்யலாம்தானே'

'சரியான சாப்பாட்டு ராமண்டா நீ! என்னம்மா சொல்லற!'

'போதும் இனிப் பேச்சு, அனல் வீசுது மூச்சு.'

'என்னடி இது சுரேஷ் முன்னாடி இப்படி எல்லாம் பாடிக்கிட்டு. அசிங்கமா இல்லை'

'டேய். இனி வந்தா வலி மிகும்ன்னு பாட்டுப் பாடிக் காமிக் கறாடா. நீ வேற. இனி மட்டும் இல்லை என அப்படின்னு வந் தாலும் வலி மிகும். தருவாயெனக் கேட்டேன், வருவாயெனப் பார்த்தேன் - இந்த மாதிரி.

அம்மா வித்யா, ஆனா ரொம்ப நேரம் ஆச்சு. எனக்குப் புரியுது. கிளம்பற வழியைப் பார்க்கறேன். அதுக்கு முன்னாடி இன்னிக்குப் பேசினதை மட்டும் தொகுத்து வெச்சுடலாம்.

- மாதங்கள் பெயருக்குப் பின் வலி மிகும் - மார்கழித் திங்கள், ஆடிப் பட்டம், தைப் பொங்கல்.

- ஆன ஆகிய என்பவை மறைந்து வந்தால் (இதுக்குப் பண்புத் தொகைன்னு பேரு) வலி மிகும் - தங்கத் தாமரை, வெள்ளைப் புறா.

- ரெண்டு பண்புகள் கொண்ட பெயர்கள் வந்தாலும் வலி மிகும் - மழைக்காலம் செவ்வந்திப்பூ.

- போல, போன்ற என்பவை மறைந்து வந்தா (உவமைத் தொகை) வலி மிகும் - ஸ்ட்ராபெரிப் பெண்ணே

- போல என்பது மறையாமல் வந்தாலும் வலி மிகும் - மயில் போலப் பொண்ணு ஒண்ணு.

- நாடி தேடி என்ற சொற்களின் பின் வலி மிகும் - தேடிப் பார்க்கிறேன், நாடிப் போகிறேன்.

- எட்டு, பத்து என்ற இரு எண்களுக்குப் பின் வலி மிகும் - எட்டுப் போடு, பத்துப் பாட்டு.

* ய்,ர்,ழ் என்று முடியும் எழுத்துக்களுக்குப் பின் பெயர்ச்சொல் வந்தால் வலி மிகும் - மோர்க்குழம்பு, மிளகாய்க் காரம், தமிழ்ச் சமையல்.

* இனி, என என்னும் சொற்களுக்குப் பின் வலி மிகும் - போதும் இனிப் பேச்சு எனச் சொன்னாள்.

இன்னிக்குப் பார்த்தது இவ்வளவுதான். இதுக்கும் மேல இங்க இருந்தால் வித்யா முறத்தால் அடிப்பாள். அதனால இடத்தை காலி பண்ணறேன். அப்புறம் பார்க்கலாம்டா. வித்யா, சாப் பாட்டுக்கும் இலக்கணம் பேச துணையாய் இருந்ததுக்கும் நன்றி ஹை!'

6. நற நற

'சலசல சலசல இரட்டைக் கிளவி தகதக தகதக இரட்டைக் கிளவி உண்டல்லோ தமிழில் உண்டல்லோ.'

'என்னம்மா இன்னிக்குப் பாட்டு பலமா இருக்கு. என்ன விசேஷம்?'

'ஒண்ணுமில்லை. அண்ணன் இவ்வளவு நாளா உங்க ளுக்கு எங்க வலி மிகும்ன்னு சொல்லிக் குடுத்தாரு இல்லையா. என் பங்குக்கு ஈசியா எங்க வலி மிகாதுன்னு சொல்லிடலாம்ன்னு பார்த்தேன்.'

'அப்போ வலி மிகும் இடங்கள் டாபிக் ஓவரா? ஹை! ஜாலி!!'

'சுரேஷ் சொன்னது போக இன்னும் கொஞ்சம் இருக்கு. ஆனா இப்போதைக்கு இதுவே ஓவர்டோஸ் ஆனதுனால அதை எல்லாம் ஓரம் கட்டி வெச்சுட்டு, வலி மிகா இடங்கள் பத்திப் பேசலாமுன்னு பார்த்தேன்.'

'சொல்லு. சொல்லு. நாளைக்கு ஆபீஸ் போனா, சுரேஷ் கிட்ட இதைப் பத்திப் பேசி அசத்தறேன். அவரு வலி மிகும் இடங்களுக்கு ஐஸ்வர்யாவைக் கூப்பிட்டாருன்னா, நீ வலி மிகா இடங்களுக்கும் அவரையே கூப்பிடறியே. இது என்ன மேட்டர்?'

'தண்ணீர் சலசலன்னு ஓடுதுன்னு சொல்லறோம். இங்க சல அப்படின்னா அர்த்தமே கிடையாது. ஆனா சலசலன்னு ரெண்டு வாட்டி வந்தா அதுக்கு ஒரு பொருள் கிடைக்குது. மளமளன்னு வேலையைப் பாருன்னு எப்போதும்

சொல்லுவியே. அதுமாதிரிதான். இந்த மாதிரி வார்த்தைகளுக்கு ரெட்டைக்கிளவின்னு பேரு. அந்தப் பாட்டில் வர மாதிரியே பிரித்துப் பார்த்தா பொருள் கிடையாது. இந்த இரட்டைக் கிளவி வந்தா வலி மிகாது.'

'விஷயம் புரியுது. இப்பவே மீதி எல்லாத்தையும் தரதரன்னு இழுத்துக்கிட்டு வா'

'இந்த இரட்டைக் கிளவி மாதிரியே இருக்கிற இன்னும் ஒரு சமாச்சாரம் அடுக்குத் தொடர். குலை குலையா முந்திரிக்கா, நிறையா நிறையா கொண்டு வான்னு பாடலாம். இல்லை மெல்ல மெல்ல நடந்து வந்தது பாதம், அதை சொல்ல சொல்ல நெஞ்சில் எழுந்தது கீதம்ன்னு பாடலாம். இங்க குலை, நிறையா, மெல்ல, சொல்ல எல்லாம் ரெண்டு வாட்டி வந்திருக்கு. ஆனா ரெட்டைக் கிளவி மாதிரி இல்லாம, பிரிச்சாலும் பொருள் இருக்கு. இப்படி வந்தா, அதுக்குப் பெயர் அடுக்குத் தொடர்.'

'இரட்டைக் கிளவி மாதிரி அடுக்குத் தொடர் வந்தாலும் வலி மிகாது. அதானே?'

'அதே அதே! அடுத்தது அந்த இந்த எந்த, அப்படி இப்படி எப்படி - இதெல்லாம் வந்தா வலி மிகும். இல்லையா. அதே மாதிரி வலி மிகாத அ இ எ வார்த்தைகள் இருக்கு. அதோட லிஸ்டு தரவா?

அது இது எது

அவை இவை எவை

அத்தனை இத்தனை எத்தனை

அவ்வாறு இவ்வாறு எவ்வாறு

அவ்வளவு இவ்வளவு எவ்வளவு

அன்று இன்று என்று

இதுக்கெல்லாம் சினிமாப் பாட்டு இருக்கிறதா எனக்குத் தெரியலை. வேணுமானா அன்று வந்ததும் அதே நிலா, ல ல லா, இன்று வந்ததும் அதே நிலா, ல ல லான்னு பாடிக்கோ.'

'சுரேஷ் சொன்ன அந்த அப்படி காம்பினேஷனைத் தவிர மத்தது எல்லாத்துக்கும் வலி மிகாதுன்னு வெச்சுக்க வேண்டியதுதான் போல.'

'இதை எல்லாம் சொல்லும் பொழூதே ஒரு முழுமையான ஒலி வந்துடுது பாரு. அன்று கேட்டான்னு சொன்னா சரியா இருக்கு. இதை அன்றுக் கேட்டான்னு அழுத்தினா உச்சரிப்பே சரியா வரலை இல்லையா. அதனால வழக்கம் போல சந்தேகம் வந்தா உச்சரிச்சுப் பார்த்துட வேண்டியதுதான்.'

'நானே ஒண்ணு ரெண்டு விதிகளைச் சொல்லவா? எட்டு பத்து தவிர வேற எந்த நம்பர் வந்தாலும் வலி மிகாது. சரியா?'

'பரவாயில்லை. நல்லாவே ஞாபகம் வெச்சு இருக்கியே. சரிதான். அப்புறம் வேற என்ன தெரியும்?'

'சுரேஷ் வல்லினத்தைத் தொடர்ந்து வரும் குற்றியலுகரத்துக்குத் தான் வலி மிகும் அப்படின்னு சொன்னான். அப்போ மெல் லினத்தைத் தொடர்ந்து வரும் குற்றியலுகரங்களுக்கு வலி மிகாது.'

'ரொம்ப சரி. அது பொதுவான விதி. இதுக்கும் ஐஸ்வர்யாவைக் கூப்பிடலாம். கண்டு கொண்டேன், கண்டு கொண்டேன் காதல் முகம் கண்டு கொண்டேன்னு பாடுவாங்க. அதைப் போய் கண்டுக் கொண்டேன் கண்டுக் கொண்டேன்னு பாடிப்பாரு சரியாவா வரும்? ஆனா சில இடங்களில் மட்டும் இதை மீறி வலி மிகும். குரங்குச் சேட்டை, மருந்துக்கடை, பருந்துப் பார்வைன்னு சொல்லும் பொழுது வலி மிகும். வழக்கம் போல உச்சரிச்சுப் பார்த்தால் இது சுளுவா பிடிபடும்.

'சுரேஷ் வலி மிகும் சொன்ன போதே இதையும் சொன்னாரே.'

'அவனா சொன்னான்? இருக்காது. அப்படி ஏதும் நடக்காது'

'ஹலோ, என்ன? திடீர்ன்னு சுரேஷ அவன் இவன்னுக்கிட்டு. என்ன ஆச்சு?'

'அட! நீ வேற. நான் அண்ணனைச் சொல்லலை. சும்மா அந்தப் பாட்டைப் பாடினேன். அதுல வர மாதிரி அவனா சொன்னான்? அப்படியா கேட்டான்? இப்படி எல்லாம் ஆ ஆன்னு முடியற கேள்விக்குப் பின்னாலயும் வலி மிகாது.'

'அதானே பார்த்தேன். திடீர்ன்னு மரியாதை குறைஞ்ச உடனே பயந்துட்டேன்.'

'உம்மைத் தொகை - இப்படின்னா என்ன தெரியுமா?'

'பாகவதர் காலத்துப் படத்தில் ஹீரோயின் ஹீரோவைப் பார்த்து உங்களைப் படுத்த வேண்டும்ன்னு சொல்லறதுதானே!'

'கடவுளே! இது அந்த உம்மை இல்லை. நீரும் நெருப்பும், நானும் நீயும், பூவும் பொட்டும் - இப்படி எல்லாம் சொல்லும் பொழுது ரெண்டு வார்த்தையையும் ஒண்ணா சேர்க்க உம் அப்படின்னு சேர்க்கறோம் இல்லையா. சில இடங்களில் அந்த உம் வராம மறைஞ்சு போயிடும். தொகைன்னா இப்படி மறைஞ்சு போறதுன்னு முன்னாடியே பார்த்தோம்தானே. அப்படி இந்த உம் மறைஞ்சு போனா அது உம்மைத் தொகை. வெற்றிலை பாக்குன்னு சொன்னா, வெற்றிலையும் பாக்கும் அப்படின்னு தானே அர்த்தம். இங்க அந்த உம் காணாமப் போச்சு. அதனால இது உம்மைத் தொகை. இந்த மாதிரி வரும் பொழுதும் வலி மிகாது.'

'உம்மைக் காணாத கண்ணும் கண்ணில்லைன்னு வேணாப் பாடவா?'

'ஐயா ராசா, நீ எதுவும் பாட வேண்டாம். ஆளை விடு. ஒரு பழமொழி சொல்லறேன் கேட்கறியா?'

'நீ புதுசா என்ன சொல்லி இருக்க? சொல்லறது எல்லாமே பழமொழிதானே. '

'வேணாம். பாவம்ன்னு உட்கார வெச்சு சொல்லிக் குடுக்கறேன். அனாவசியமா வம்புக்கு அலையாதே.'

'ச்சே, கொஞ்சம் ஜாலியா காலை வாரலாம்ன்னு பார்த்தா உடனே கோவம் வந்திடுமே. சரி. விஷயத்தைச் சொல்லு.'

'சிறு துரும்பும் பல் குத்த உதவும். இப்படிச் சிறிய சொற்கள் கொண்டு பெரிய கருத்து சொல்வதுதானே பழமொழி.'

'இப்படி சம்பந்தமில்லாமல் உளறுவதைப் பார்த்தால் விஷயம் வேற எதுவோன்னு தெரியுது. ஆனா என்னான்னு தெரி யலையே.'

'ஒண்ணுமில்லை. சிறு, சிறிய, பெரிய - இதுக்குப் பின்னாடி வலி மிகாது. அவ்வளவுதான். சிறுத் துரும்பு, சிறியச் சொல்.. பெரியக் கருத்துன்னு எல்லாம் சொன்னாச் சரியா வரலை பாரு. அதைத்தான் சொல்ல வந்தேன்.'

'நல்லாச் சொன்ன போ. இன்னிக்குப் பாட்டு எதுவும் சரியா மாட்டலை. ஆனா எங்க வலி மிகும்ன்னு பார்த்ததுக்கு எதிரா இருந்ததுனால ரொம்பக் கஷ்டமா இல்லைன்னு நினைக்கிறேன். இது இவ்வளவுதானா, இல்லை இன்னும் இருக்கா?'

'இன்னும் கொஞ்சம் இருக்கு. ஆனா குளிக்காம சாப்பிடாம வலி மிகா இடங்கள்ன்னு பேசிக்கிட்டு இருந்தா இது பசி மிகும் இட மாயிடும். அதனால முதலில் வயித்துப்பாட்டைக் கவனிப்போம். போறதுக்கு முன்னாடி இன்னிக்குப் பேசினதோட குறிப்பு'

* இரட்டைக் கிளவிகளில் வலி மிகாது - சலசல, தரதர

* அடுக்குத் தொடர்களில் வலி மிகாது - குலை குலையாய்

* அது, அவை, அவ்வளவு, அன்று, அத்தனை, அவ்வாறு - இந்த மாதிரி வரும் அ, இ, எ வார்த்தைகள் வந்தா வலி மிகாது

* எட்டு, பத்து தவிர மற்ற எண்கள் வந்தால் வலி மிகாது

* மென்தொடர்க் குற்றியலுகரங்கள் வந்தால் 'பொதுவாக' வலி மிகாது - கண்டு கொண்டேன், வந்து சென்றேன்

* ஆ என முடியும் வினா சொற்களுக்குப் பின் வலி மிகாது - அவனா சொன்னான், அப்படியா கேட்டான்

* உம்மைத் தொகைகளில் வலி மிகாது - வெற்றிலை பாக்கு

* சிறு, சிறிய, பெரிய - இந்த சொற்களுக்குப் பின் வலி மிகாது.

7. வலி இனி மிகாது!

'எழுவாய்' என்ற சொல்லிக் கொண்டே லஞ்ச் ரூமிற்குள் நுழைந்தான் சுரேஷ்.

'இலக்கணம் எல்லாம் சொல்லிக் குடுக்கற சரிதான். அதுக்காக இப்போ என்ன திடீர்ன்னு மரியாதை எல்லாம் கேட்கற? நீ வரும் பொழுது எழுந்து வேற நிக்கணுமா?'

'ச்சே! என்னடா தினேஷ். உனக்கு என்ன நான் வகுப்பறையில் நுழையும் வாத்தியார் மாதிரி இருக்கேனா எழுந்து நிக்க. நான் சொன்னது வேற எழுவாய்.'

'அது என்ன வேற எழுவாய்? எழுந்திருன்னு சொல்லறதை கொஞ்சம் கஷ்டமாச் சொல்லணமுன்னா அதானே எழுவாய்?'

'இது அது இல்லை. ஒரு விஷயத்தைப் பத்தி தமிழ்ல ஒரு வரி எழுதின்னு வெச்சுக்கோ. அதுல நார்மலா மூணு பகுதி இருக்கும். அதுல ஒரு பகுதியின் பெயர்தான் எழுவாய். அதைப் பத்திப் பேசலாமான்னு கேட்க வந்தேன். நீ என்னடான்னா என்னை தமிழ் வாத்தியாரா ஆக்கி எழுந்து நிக்கணுமான்னு கேட்கற. விட்ட முட்டிக்கால் போட்டு வெளிய நிக்க வைக்கலாம் போல இருக்கே.'

'அப்பாடா! இந்த வலி மிகும் மிகா சனியன் ஒழிஞ்சுதா? அதைப் பத்தி பேசிப் பேசி போர் அடிச்சுப் போச்சு.'

'கண்ணா, அவ்வளவு சீக்கிரம் விட்டுடுவோமா? இன்னிக் கும் வலி மிகா இடங்கள்தான். அதுக்கு முன்னேற்

பாடாதான் இந்த எழுவாய் பத்திப் பேசினது. ஆனா ஒரு நல்ல விஷயம் சொல்லறேன். இன்னிக்குத்தான் இந்த வலி மிகா இடங் களோட கடைசி பகுதி. அதனால ரொம்ப அழாம பாடத்துக்கு வா.'

'சரி சொல்லு. எழுவாய்ன்னு ஆரம்பிச்ச. அப்படின்னா என்ன?'

'மூணு பகுதி இருக்குன்னு சொன்னேன் பாரு. ஒண்ணு எழுவாய். மீதி ரெண்டு என்னான்னு தெரிய வேண்டாமா? பயனிலை, செயப்படுபொருள்.'

'என்னடா திட்டற. டெக்னிக்கல் பெயர் எல்லாம் சொல்ல மாட்டேன்னு சொன்னதாலதானே பாடம் கேட்கவே வரேன்.'

'செய்யப்படும் பொருள் - நாம எதைச் செய்யறோமோ அது. இதுல என்ன டெக்னிக்கல். அதைத்தான் கொஞ்சம் சுருக்கி செயப்படுபொருள் அப்படின்னு சொல்லி இருக்கு. இதுக் கெல்லாமா பயப்படறது. சரி உன் வழிக்கே போறேன். எவ் வளவு நாள்தான் பாட்டுப் பாடறது. இன்னிக்கு ஒரு வசனத்தை எடுத்துக்காட்டா எடுத்துக்கலாம்.

ஆத்தா ஆடு வளத்துச்சு.

இது உனக்குத் தெரிஞ்ச வசனம்தானே. வளத்துச்சு என்பதுதான் இந்த வரியால் சொல்லப்படும் கருத்து. இங்கு நிகழ்ந்த செயல். அதுக்குப் பெயர்தான் பயனிலை. யாரு வளர்த்தா என்ற கேள்விக்குப் பதிலாக வரும் ஆத்தாதான் எழுவாய். எதை வளர்த்தா என்ற கேள்விக்கு பதிலாக வரும் ஆடுதான் செயப்படு பொருள்.'

'செய்யறதை சரியாச் செஞ்சாப் பயனிலை. இல்லைன்னா பயனில்லை. இல்லையா?'

'சோக்கு!! போனாப் போகட்டும் சிரிச்சு வைக்கறேன். இன்னும் ஒண்ணு தெரிஞ்சுக்கோ. பொதுவா எழுவாய், செயப்படுபொருள், பயனிலை - இந்த ஆர்டரில்தான் வரும். ஆனா அப்படித்தாம் வரணும்ன்னு இல்லை. ஒரு சிவாஜி பாட்டு ஒண்ணு ஞாபகத்துக்கு வருது. படைத்தானே, மனிதனை ஆண்டவன் படைத்தானே அப்படின்னு டிஎம்எஸ் பாடுவாரு. அதுல பாரு பயனிலை படைத்தானே. எழுவாய் ஆண்டவன். செயப்படு பொருள் மனிதன். ஆனா ஆர்டர் மாறி வரும்.'

'அப்போ ஆர்டரை வைச்சு எதுன்னு கண்டுபிடிக்கக் கூடாது. எது நடந்தது? யாரு நடத்தினா? எதை செஞ்சாங்க? அப்படின்னு கேள்வி கேட்டு முடிவு பண்ணறதுதான் சரி. ஆமாம், இதைப் பத்தியே பேசிக்கிட்டு இருக்கோமே. இதுக்கும் வலி மிகா இடங்களுக்கும் என்ன சம்பந்தம்?'

'இருக்கே. அதுக்கு முன்னாடி இன்னும் ஒரு ஸ்டெப் கூட இருக்கு. அதனால பொறுமையா வரலாம். முன்னாடி ஒரு முறை வேற்றுமை பத்திப் பேசினோம் இல்லையா. அதுல முதல் வேற்றுமையே எழுவாய் வேற்றுமைதான். எழுவாய் வேற் றுமை வந்தால் வலி மிகாது. அதனால மாமா பொண்ணைக் கொடுன்னு பாடலாம் ஆனா மாமாப் பொண்ணைக் குடுன்னு பாடக் கூடாது. மீனிங்கே மாறிடும். புரியுதா?'

'ஆஹா! மாமாப்பயல்ன்னு வரலாம் ஆனா மாமாப் பொண்ணுன்னு வரவே வராது!!'

'நல்லா இருடா சாமி! அடுத்தது இரண்டாம் வேற்றுமை பத்திப் பேசலாம். இது பத்தி முன்னாடியே பார்த்தோம். எப்படி முதல் வேற்றுமை எழுவாய் பத்தி வருதோ, இரண்டாம் வேற்றுமை செயப்படு பொருளைப் பத்தி வரும். யாரை / எதைன்னு கேட்கற துக்குப் பதிலா வருவதுதான் செயப்படுபொருள் இல்லையா. அதனால அதுல ஐ என்னும் எழுத்து சேர்ந்து வரும். அதுக்கு வேற்றுமை உருபு அப்படின்னு பெயர். நம்ம எடுத்துக்காட்டு களில் மனிதனை, பொண்ணை அப்படின்னு வரும் போது அங்க ஐ இருக்கு பாரு. இப்படி வரும் போது வலி மிகும்ன்னு பார்த்தோம். மனிதனைப் படைத்தானே, பொண்ணைக் குடு அப்படின்னு வருது இல்லையா.'

'ஆமாம்.'

ஐ இருந்தா வலி மிகும்ன்னு பார்த்தோம். சில சமயங்களில் இந்த ஐ வெளிப்படையா இல்லாம மறைஞ்சு போயிடும். அதுதான் வேற்றுமைத் தொகை. அப்படி மறைஞ்சு போனா வலி மிகாது. அதனாலதான் மான் கண்டேன் மான் கண்டேன்னு பாடினாங்க. அங்க மான்க் கண்டேன்னு வரலை.'

'வழக்கமா வலி மிகுந்தா ஆ அப்படின்னு கத்துவோம். தமிழ் இலக்கணப்படி ஐ வந்தாத்தான் வலி மிகும் போல.'

'இதுக்கு ஒரே ஒரு எக்ஸெப்ஷன் இருக்கு. அதை முன்னாடியே பார்த்துட்டோம். இருந்தால் ஒரு தடவை சொல்லறேன். தண்ணீரைக் குடித்தான் - இங்க ஐ இருக்கு. அதனால க் வருது. தண்ணீர் குடித்தான் - இங்க ஐ இல்லை அதனால க் வராது. ஆனா தண்ணீர்த் தொட்டி அப்படின்னு சொன்னா த் வருது ஏன்னா அது தண்ணீரைத் தொட்டி இல்லை. பாரு. தண்ணீரை உடைய தொட்டி என்பதுதான் தண்ணீர்த் தொட்டி அப்படின்னு சுருக்கமா ஆச்சு. அதுக்குக் காரணம் அந்த உடைய மாதிரி எக்ஸ்ட்ராவா ஒரு வார்த்தையும் வரதுதான்.'

'ஓக்கே முதல் வேற்றுமை இரண்டாம் வேற்றுமை ஓவர். மூன்றாம் வேற்றுமை கூட முன்னாடி படிச்சோம் இல்லையா?'

'ஆமாம். இரண்டாம் வேற்றுமைக்கு ஐ மாதிரி மூன்றாம் வேற்றுமைக்கு ஆன் ஆல் ஓடு ஓடுன்னு நாலு உருபுகள் இருக்கு. எப்படி ஐ மறைஞ்சு வந்தா வலி மிகாதோ அதே மாதிரி இதெல்லாமும் மறைஞ்சு வந்தா வலி மிகாது. '

'இங்க கூட அந்த எக்ஸ்ட்ரா வார்த்தை வந்தா வலி மிகும்ன்னு படிச்சோமே. அது ஞாபகம் இருக்கு.'

'குட். அதேதான். ஆனா இரண்டாவதுக்கு மூணாவதுக்கு இரு முக்கியமான வித்தியாசம் என்னன்னா, இங்க இந்த ஆன் ஆல் ஓடு ஓடு, மறையாம வந்தாலும் வலி மிகாது. கத்தியால் குத்தினான், அவனோடு சுத்தினான் மாதிரி.'

'அப்போ மூணாவதைப் பொறுத்த வரையில் அந்த உருபும் மறைஞ்சு எக்ஸ்ட்ரா வார்த்தையும் மறைஞ்சு வந்தால் மட்டும்தான் வலி மிகும். வெள்ளியால் செய்யப்பட்ட தட்டை வெள்ளித் தட்டுன்னு சொல்லற மாதிரி.'

'கரெக்ட். நான்காம் வேற்றுமையும் இதே மாதிரிதான். இதோட உருபு கு. இங்க ஒரே ஒரு வித்தியாசம் என்னன்னா இந்த கு மறைஞ்சு வரும் பொழுது, முதல் வார்த்தை உயிர்திணையா இருந்தால் மட்டும்தான் வலி மிகாது இல்லைன்னா மிகும். வேலிக் கம்பி - இது வேலிக்குக் கம்பி ஆனா வேலி என்பது உயர்திணை இல்லை அதனால வேலிக் கம்பி அப்படின்னு வரும்.'

'ம்ம்'

'எப்படி மூணாம் வேற்றுமை உருபுகள் மறையாம வந்தா வலி மிகாதுன்னு பார்த்தோமோ. அதே மாதிரி ஐந்தாம் வேற்றுமைக் கும் சரி, ஆறாம் வேற்றுமைக்கும் சரி. வலி மிகாது. ஐந்தாம் வேற்றுமையோட உருபு இல், இன் ஆனா இது ரொம்ப பயன் பாட்டில் இல்லை. அதனால சாய்ஸில் விடலாம். அதே மாதிரி ஆறாவதுக்கான உருபு அது ஆது. நண்பனது கட்டில் அப்படின்னு சொல்லும்போது வர மாதிரி. இதுவும் கூட அவ்வளவு பயன் பாட்டில் இல்லை. இதுக்கெல்லாம் பதிலா தனியா ஒரு சொல்லையே போட்டுடறோம். இல், இன் என்பதற்கு மாற்றா இருந்து என்றும் அது ஆதுக்கு மாற்றா உடைய அப்படின்னு சொல்லிடறோம்.'

'இதே மாதிரி எல்லாத்தையும் சாய்ஸில் விட்டா எவ்வளவு நல்லா இருக்கும்!'

'எழுதற பேப்பர் அப்புறம் வெள்ளையாத்தான் இருக்கும். போடா. சொல்லறதைக் கேட்டுக்கோ. இரண்டாம் வேற்றுமை உருபு மறைஞ்சா வலி மிகாதுன்னு பார்த்தோம் இல்லையா. அதேதான் எழாம் வேற்றுமைக்கும். ஆனா அப்படி நாம பயன்படுத்தறதே இல்லை. அதனால இதுவும்..'

'சாய்ஸில் விடு!! சூப்பரு!!'

'என்னா சந்தோஷம்டா!! எட்டாம் வேற்றுமையை மட்டும் சொல்லி முடிச்சுடலாமா? முதல் வேற்றுமை மாதிரி எட்டாம் வேற்றுமைக்கு உருபு ஒண்ணும் கிடையாது. இது பெரும்பாலும் கூப்பிடறதுக்காக சொல்லறது. தலைவா, நாடே, மரமே, செடியே அப்படின்னு எல்லாம் இழுக்கறோம் இல்லையா அதான் இந்த வேற்றுமை. இது வந்தா வலி மிகாது. அம்புட்டுதாம்பா.'

'தலைவா போதும். இதுவும்தானே!'

'நைசா என் மேலவே தாக்குதலா. சரி. போதும் இதோட இந்த வலி மேட்டர் ஓவர். இன்னிக்கு சொன்னதை மட்டும் லிஸ்ட் போட்டுட்டு நான் கிளம்பிடறேன்.'

- எழுவாய், செயப்படு பொருள், பயனிலை - யார் என்ற கேள்வியின் விடை, யாரை என்ற கேள்வியின் விடை, என்ன நடந்தது என்ற கேள்வியின் விடை (ஆத்தா ஆடு வளர்த்துச்சு)

- முதல் வேற்றுமை - எழுவாய் வேற்றுமை - எழுவாய் வந்தா

வலி மிகாது (மாமா பொண்ணைக் குடு)

- இரண்டாம் வேற்றுமை தொகை - ஐ மறைஞ்சு போனா - வலி மிகாது (மான் கண்டேன்)

- மூன்றாம் வேற்றுமை (ஆன் ஆல் ஒடு ஒடு) வந்தா வலி மிகாது (கத்தியால் குத்தினான்)

- நான்காம் வேற்றுமை தொகையில் முதல் வார்த்தை உயர் திணையா இருந்தால் வலி மிகாது

- ஐந்தாம் வேற்றுமை, ஆறாம் வேற்றுமை வந்தா வலி மிகாது

- ஏழாம் வேற்றுமைத் தொகையில் வலி மிகாது

- எட்டாம் வேற்றுமை வந்தா வலி மிகாது (தலைவா போதும்)

8. இளம் பாடகி பி. சுசீலா

'ச்சே. பேப்பரைத் திறந்தாலே கொலை, திருட்டு, கற்ப்பழிப்புன்னு, படிக்கவே கடுப்பா இருக்கு.'

'ஆமாம் கடுப்பாத்தான் இருக்கும். கற்பழிப்புன்னு எழுத ணும். அதைப் போய் கற்ப்பழிப்புன்னு எழுதலாமோ.'

'டேய் என்னடா, நான் என்ன சொல்ல வரேன் நீ என்ன சொல்லற? ரெண்டு வார்த்தைக்கு நடுவில க் ச் போடணுமா வேண்டாமான்னு சொல்லித் தந்தது முடிஞ்சு போச்சு அதனால இப்போ வார்த்தைக்கு நடுவில எங்க க் ச் வரும்ன்னு சொல்லித் தரப் போறியா?'

'வெறும் க் ச் போடற மேட்டர் இல்லைடா. நீ எழுதும் போதும் சரி, இப்போ படிக்கும் பொழுதும் கண்ணில் அடிக்கடி தட்டுப்படற எழுத்துப்பிழைகளைப் பத்திப் பேசலாம்ன்னு பார்க்கறேன். இந்த மாதிரி படிக்கும் பொழுது தப்பு இருந்தா அது எப்படி இருக்கும் தெரியுமா? பீச்சில் வேர்க்கடலை வாங்கிச் சாப்பிடும் பொழுது நடு நடுவே கெட்டுப் போன கடலை மாட்டினா எப்படி இருக்கும், அது மாதிரி இருக்கு.'

'என்ன உதாரணம்டா சாமி, எனக்கு இப்பவே பல்லு கூசுது.'

'எனக்கு எழுத்துப்பிழைகளைப் படிக்கும் போது அப்படித் தாண்டா இருக்கு. இருக்கட்டும். இப்போ பரவலா பார்க்கும் ஒரு எழுத்துப்பிழை இந்த கற்ப்பழிப்பு மேட்டர் தான். கற்பழிப்பே பிழைதான். அதைக் கற்ப்பழிப்புன்னு எழுதினா பழிப்புதான் மிஞ்சும்.'

'ஐயோ முடியலையே. சொல்ல வரதை நேராச் சொல்லேன்.'

'விஷயம் ரொம்ப சாதாரணம்டா. ற் போட்டா அதுக்கு அப்புறம் மெய்யெழுத்து வரக்கூடாது. அதனால கற்ப்பழிப்பு முயற்சி கை கூடவில்லை. பயிற்சி தேவைன்னு எல்லாம் எழுதினாத் தப்பு. கற்பழிப்பு முயற்சி கை கூடவில்லை. பயிற்சி தேவை - இதுதான் சரி.'

'இதை எவனாவது படிச்சான், உனக்கு என்கவுண்டர்தான். எனக்கு ஒரு உதவி செய்யறயா?'

'ஐயோ. அது தப்பு. நான் கட்டாயம் செய்ய மாட்டேன்.'

'நான் என்ன வேணும்ன்னு கூட கேட்கலை, அதுக்குள்ள ஏண்டா இப்படி சீன் போடற?'

'பின்ன என்னடா. அன்னிக்கு அந்த கொல்ட்டி வந்து உன் கிட்ட Do you have a answer அப்படின்னு கேட்ட போது a/an வித்தியாசம் தெரியலை, இவனெல்லாம் அமெரிக்கா ரிடர்ன் அப்படின்னு நக்கலாச் சிரிச்சியே. தமிழ்ல இப்போ நீ அதே மாதிரி தப்பு பண்ணினா நான் சும்மா இருக்கணுமா?'

'என்னது? தமிழிலும் கூட a/an சமாச்சாரம் இருக்கா? எனக்குத் தெரியவே தெரியாதே. சொல்லு, சொல்லு கேட்கறேன்.'

'ஆங்கிலத்தில் எப்படி இருக்கோ அதே மாதிரிதான். உயிரெழுத்து முதல் எழுத்தாக வரும் சொற்களுக்கு முன் ஓர் போட வேண்டும். ஒரு போடக் கூடாது. அவ்வளவுதான். சினிமாப் பாட்டு வேணுமா? எங்கே நிம்மதி எங்கே நிம்மதி அங்கே எனக்கோர் இடம் வேண்டும் அப்படின்னு கண்ணதாசன் பாடினார். வாலியும் கூட நான் ஆணையிட்டால் பாட்டுல ஒரு தவறு செய்தால் அதைத் தெரிந்து செய்தால் அப்படின்னு சரியா எழுதி இருக்கார் பாரு. அதே கண்ணதாசன் இளமையெனும் பூங்காற்று, பாடியது ஓர் பாட்டு அப்படின்னு அட்ஜெஸ்டும் பண்ணி இருக்காரு. அதையாவது ட்யூனுக்கு ஏத்தா மாதிரி வரணமுன்னு எழுதினாருன்னு சொல்லிடலாம். ஆனா நம்ம விஜய டி ராஜேந்தர் தங்கைக்கோர் கீதம் அப்படின்னு பெயர் வெச்சது எல்லாம் ஜல்லிதான்.'

'எனக்குப் புரியற மாதிரி சொல்லணமுன்னா a = ஒரு, an = ஓர். அதே மாதிரி vowels = உயிரெழுத்து. அதனால உயிரெழுத்தில்

ஆரம்பிச்சா அதுக்கு முன்னாடி ஒரு வரக்கூடாது ஒர்தான் வரணும். சரியா?'

'அதே! ஓர் அணில், ஓர் ஆடு, ஓர் உதவி, ஒரு புத்தகம், ஒரு பேனா இப்படித்தான் வரும். ஆனா, நீ ஆங்கிலம் மாதிரின்னு வார்த்தைக்கு வார்த்தை சொல்லறதைக் கேட்டால்தான் பல தமிழறிஞர்களுக்குக் கோபம் வரும்.'

'கோபம் வந்தா என்ன செய்வாங்க? என்னை எண்ணைக் கொப்பரையில் போட்டு வறுத்திடுவாங்களா?'

'அவங்க செய்யறாங்களோ இல்லையோ, இப்போ நான் உன்னை அப்படிச் செய்யலாமான்னு யோசிக்கறேன்.'

'ஏண்டா இப்போ என்ன தப்பு செஞ்சேன்? கொப்பரை கூட சரியாத்தானே இருக்கு. கொப்பறைதானே தப்பு?'

'கொப்பரை சரியாத்தான் இருக்கு. ஆனா பிரச்சினை உன்னோட எண்ணையயில்தான். ஒரு நம்பரைச் சொல்லும் பொழுது எண்ணை அப்படின்னு சொல்லலாம். ஆனால் நீ சொல்ல வந்தது எண்ணெய். தமிழில் பிசுபிசுப்போடு இருக்கும் திரவங்கள் எல்லாமே நெய்தான். எள்ளில் இருந்து எடுக்கப்பட்ட நெய்தான் (எள்+நெய்) எண்ணெய். ஜெராக்ஸ், ஜீப் போன்ற வணிகப் பெயர்கள் எல்லாம் பொதுப்பெயர் ஆனது மாதிரி எண்ணெய் மாதிரி இருக்கிற எல்லாமே எண்ணெய் ஆயிடுச்சு. அதுக்குள்ள வித்தியாசம் காமிக்க விளக்கெண்ணெய், தேங்காய் எண்ணெய், ஆமணக்கெண்ணெய் என்றெல்லாம் பெயர் சூட்டு விழா நடந்து போச்சு.'

'ஆகா, எண்ணெய்க்குப் பின்னாடி இப்படி ஒரு கதை இருக்கா? ரொம்ப சுவாரசியமான கதைதான்.'

'இன்னும் ஒரு கதை கூட இருக்கு. ஆனைக்கு ஒரு காலம் வந்தா பூனைக்கு ஒரு காலம் வரும் அப்படின்னு ஒரு பழமொழி சொல்லறோம் இல்லையா? அது கூட ஆநெய்க்கு ஒரு காலம் வந்தால் பூநெய்க்கு ஒரு காலம் வரும்ன்னு சொல்லணும் அப்படின்னு படிச்சிருக்கேன். அதாவது சின்ன வயதில் பசுவின் பாலில் இருந்து எடுக்கப்படும் நெய் (ஆ+நெய்) உண்ணலாமாம். ஆனால் வயதாக வயதாக அதனைக் குறைத்துவிட்டு பூவில் இருந்து எடுக்கப்படும் நெய்யான தேனை உண்ண வேண்டுமாம்.

அதைத்தான் ஆநெய்க்கு ஒரு காலம் வந்தால் பூநெய்க்கு ஒரு காலம் வரும் என்று பழமொழியில் சொன்னது அது மருவி ஆனை, பூனை என்றானதாம்.'

'அப்போ ஆநெய்க்கும் அடி சறுக்கும் அப்படின்னா கீழ சிந்தின நெய்யில் காலை வெச்சா வழுக்கும்ன்னு அர்த்தமா?'

'அடப்பாவி. ஒரு கதை சொல்ல விட மாட்டேங்கறியே. எதைச் சொன்னாலும் எடக்குமடக்கா எதையாவது கேட்கற!'

'சரி சரி, கோவப்படாதே. எண்ணைன்னு சொல்ல மாட்டேன். எண்ணெய்ன்னு சொல்லறதுதான் சரின்னு புரிஞ்சுக்கிட்டேன். அடுத்து என்ன விஷயம் சொல்லப் போற?'

'ஓரேடியா எழுத்துப்பிழைகள் பத்திப் பேசினாலும் போர் அடிச்சுப் போயிடும். அதனால கொஞ்சம் வேற எதாவதும் பேசலாம். அன்னிக்கு ஒரு நாள் ஒரு விழாவில் பாடகி பி சுசீலா பேசினதாய் ஒரு வரி படிச்சேன். அதுல அவங்க எங்களை மாதிரி இளம் பாடகர்கள் உழைப்பதில்லை அப்படின்னு சொன்னாங் களாம்.'

'என்னது பி சுசீலா இளம் பாடகரா? என்ன கொடுமை இது?'

'இல்லைடா அவங்க சொல்ல வந்தது, இன்றைய இளம் பாடகர்கள் நாங்கள் உழைத்தது போல உழைக்கவில்லை என்று. ஆனா கொஞ்சம் வாக்கிய அமைப்பு மாறிப் போனதால் அவங்க இளம் பாடகர் என்ற அர்த்தம் வருது பார்த்தியா. எப்படி ஒவ் வொரு சொல்லுமே எழுத்துப் பிழை இல்லாம எழுதறோமோ, அதே மாதிரி ஒவ்வொரு வாக்கியமும் கூட சரியா அமைக்கணும். அப்போதான் சொல்ல வந்தது சரியாப் போய்ச் சேரும்.'

'சரிதான். வேணும்ன்னா சின்மயி மாதிரி சின்ன வயசுக்காரங்க வேணா இந்த மாதிரி சொல்லலாம்.'

'இன்னும் ஒரு பிழையான உதாரணம் ஒண்ணு சொல்லறேன் கேளு. வழக்கம் போல சினிமாப் பாட்டுதேன். இளைய நிலா பாட்டுல ஒரு வரி வரும். முகிலினங்கள் அலைகிறதே அப்படின்னு எழுதி இருப்பாரு. முகிலினங்கள் அப்படின்னு பன்மையில் சொல்லும் போது அங்க அலைகிறதேன்னு சொல்லலாமா? அலைகின்றனவேன்னுதானே சொல்லணும்? இந்த மாதிரி ஒருமை பன்மை எல்லாம் சரியாப் பார்த்து எழுதணும்.'

'கை கால் உடைந்தது அப்படின்னு சொல்லறோம். ஆனா அதுவும் பன்மைதானே. அப்போ கை கால் உடைந்தன அப்படின்னா சொல்லணும்?'

'ஆமாம். எளிதா சொல்லணமுன்னா கையும் காலும் உடைந்தன அப்படின்னு சொல்லலாம். இல்லை நேரா கைகால்கள் உடைந்தன அப்படின்னு சொல்லலாம்.'

'ம்ம். கை கால் உடையறதோட இருக்கட்டும், கழுத்தாவது ஒழுங்கா இருக்கட்டும். நான் போய் வேலையைப் பார்க்கறேன்.'

'சரி, போகலாம் வா!'

● ற் என்ற எழுத்துக்குப் பின் மெய்யெழுத்து வரக்கூடாது. (முயற்சி, பயிற்சி)

● உயிரெழுத்து கொண்டு தொடங்கும் சொற்களுக்கு முன் ஓர் என்று போட வேண்டும், உயிர்மெய்யில் தொடங்கினால் ஒரு என்று போட வேண்டும் (ஓர் உதவி, ஒரு சகாயம்)

● எண்ணெய் என்பதே சரியான சொல். எண்ணை என்பது எண் என்னும் சொல்லின் இரண்டாம் வேற்றுமை.

9. சின்ன றா, பெரிய றா

'சுரேஷ், நீ சொன்னதைப் பத்தி ட்விட்டரில் நண்பர் களோட பேசும்போது ரொம்ப தகராறு ஆயிருச்சு போல. மாயண்ணன் வந்திருக்காக, மாப்பிள்ளை மொக்கைச்சாமி வந்திருக்கா ரேஞ்சுல பாரதியாரே ஓர் கனவுன்னு போட்டு இருக்காரு, அருணகிரிநாதரும் கூட அப்படிப் பாடி இருக் காரு. ஆண்டாள் கூட வாரணம் ஆயிரம்ன்னு சொல்லி இருக்காங்க. வாரணங்கள் ஆயிரம்ன்னா சொன்னாங் கன்னு கேள்வி மேல கேள்வி கேட்டாங்கடா.'

'கேட்டாங்களா? வெரி குட். கூ வே வழுவமைதி அப்படின்னு ஒரு மேட்டர் கூடப் பேசி இருப்பாங்களே!'

'ஆமாண்டா. என்னென்னவோ சொன்னாங்க. கால வழு வமைதி, எண் வழுவமைதி, திணை வழுவமைதி அது இதுன்னு பேசினாங்க. எனக்குத்தான் ஒண்ணுமே புரியலை.'

'முதலில் ஒண்ணு சொல்லறேன் கேட்டுக்கோ. ஆண்டாள் ஆகட்டும், அருணகிரிநாதர் ஆகட்டும், பாரதி ஆகட்டும் பாடின இடங்களில் எல்லாம் இப்படிப் பாடவில்லை. அவர்களுக்கு இந்த இலக்கணவிதிகள் எல்லாம் நல்லாத் தெரியும். இந்த சில இடங்களில் அவர்களின் பாடல்களின் சந்தம் கலையக் கூடாது என்பதற்காக அவர்கள் விதியை மீறி எழுதி இருக்காங்க. அதனால விதிமுறையே தெரியாம செய்யும் தப்பையும் விதிமுறை தெரிஞ்சும் ஒரு சில காரணங்களுக்காக அதை மீறினால் பரவாயில்லை என் பதற்கும் வித்தியாசம் இருக்கு. அதனால அதை முன் மாதிரியா வெச்சுக்கிட்டு நாம செய்யற தப்பை எல்லாம் சரின்னு சொல்லிக்க முடியாது.'

'சரி, ஆரம்பிச்சதுதான் ஆரம்பிச்ச. இந்த வழுவமைதியையும் சொல்லிடேன். அப்படின்னா என்ன?'

'வழுன்னா என்ன? ஆங்கிலத்தில் சொல்லணுமுன்னா இதை Violation அல்லது Defect என்று சொல்லலாம். இன்னிக்கு மென்பொருளில் சொல்லப்படும் Bug என்பதற்கும் சரியான தமிழ்ச்சொல் இந்த வழுதான். வழுவமைதின்னா என்ன? தப்புன்னு தெரிஞ்சும் கண்டுக்காம விடறது. இதுல முக்கியமான மேட்டர் ஒண்ணு கவனிச்சுக்கோ. இதை தப்பு இல்லைன்னு சொல்லலை. ஆனா கண்டுக்காம விடுன்னு சொல்லறாங்க. இது புரியாம வழுவமைதி அதனால நான் எழுதறது சரிதாம்பான்னு சொன்னா, நாமதான் அமைதி காக்கணும்.'

'புரியுது. எண், திணை, காலம் இதிலெல்லாம் செஞ்ச தப்பைக் கண்டுக்காம விடறதுக்குத் தனித்தனி பெயரா எண் வழுவமைதி, கால வழுவமைதின்னு எல்லாம் சொல்லி இருக்காங்களா? சரி. தப்பில்லாம எழுதணமுன்னு கிளம்பினா, இதை எல்லாம் செய்யக்கூடாது. இது தப்புன்னே தெரியாம செஞ்சுட்டு அப்புறம் தான் செஞ்சதுதான் சரின்னு சொன்னா அது அடாவடித்தனம் தான். ஓக்கே ஓக்கே!'

'நீயே, நீ படிச்ச பள்ளிக்கூடத்துக்கு உன் பையனைக் கூட்டிக் கிட்டு போறன்னு வெச்சுக்கோ. பாருடா இதுதான் எங்க மைதானம் இங்கதான் நாங்க எப்போ பாரு விளையாடிக்கிட்டு இருப்போம் அப்படின்னு சொல்லுவ. இல்லையா? ஆனா சரியாச் சொல்லணமுன்னா இங்கதான் நாங்க விளையாடிக்கிட்டு இருந்தோம் அப்படின்னு கடந்த காலத்தில்தானே சொல்லணும். ஆனா நீ இருப்போம் அப்படின்னு எதிர்காலத்தில் சொல்லற. ஆனா விஷயம் கரெக்டா போய் சேருது. இதுவும் கால வழுவமைதிதான். அதுக்காக இதை சாக்கா வெச்சு எல்லா இடத்திலும் கடந்த காலத்துக்குப் பதிலா எதிர்காலத்தைப் போடலாமா?'

'சரிதான். Exceptions do not make the rule!"

'நம்ம வழக்கமா பேசற விஷயத்துக்கு வரலாம். நீ ட்விட்டரில் தகராறுன்னு சொன்னியே. அதை வெச்சே ஆரம்பிக்கலாம். ரொம்ப பேரு சொல்லும் வேடிக்கை கதைதான். தகராறுன்னு எழுதும் பொழுது சின்ன ர போடணுமா பெரிய ற போடணு

மான்னு யாராவது சந்தேகம் கேட்டாப் போதும் உடனே அங்க ஒருத்தராவது சின்ன தகராறுன்னா சின்ன ர இல்லைன்னா பெரிய ற அப்படின்னு சொல்லாமப் போக மாட்டாங்க. கடி ஜோக்தான்னாலும் இந்த மாதிரி ஒரு கதையா சொன்னா மனசுல ஈசியா பதியும்.'

'இப்போ என்ன சொல்லற? சின்ன ரவா பெரிய றவா? எதைப் போடணும்?'

'எந்த பிரச்சினையுமே முதலில் சின்னதாத்தான் வரும். அப்புறமா பெருசாயிடும். அதே மாதிரிதான் தகராறும்.'

'ஓஹோ! முதலில் ர அப்புறமா ற. தக ரா று! சரிதான் இனி குழப்பம் வராது.'

'இதுல எனக்குப் பிடிக்காத விஷயம் என்னன்னா, தமிழில் ஆங்கிலம் மாதிரி பெரிய சின்ன எழுத்துகள் எல்லாம் கிடையாது. அதனால எல்லா எழுத்தும் ஒரே மாதிரிதான். அதுல என்ன சின்ன ர பெரிய றன்னு சொல்லறது. சரியாச் சொல்லணமுன்னா இதை வல்லின ற, இடையின ர அப்படின்னு சொல்லணும். புரியுதா?'

'பெரியது சிறியது எல்லாம் பார்க்காம எல்லாரும் சமம் என்பது தமிழ்க் கலாச்சாரம் என்பது இதில் இருந்தே தெரிகிறது!'

'ஆரம்பிச்சாச்சா!! கொஞ்ச நாள் முன்னாடி ட்விட்டர்ல பொறி யியல் சம்பந்தமான ஆத்திச்சூடின்னு ஆரம்பிச்சாங்க. அதுல முதலில் அரம் செய்ய இரும்பு அப்படின்னு சொன்னாங்க. ஒளவை அரம் செய்ய விரும்பு அப்படின்னு சொன்னதுக்கு ஏத்தா மாதிரி வந்திருக்கு பார்த்தியா. இந்த ரெண்டு வரியிலேயே அழகாக அறம், அரம் இது ரெண்டுக்கும் உள்ள வேறுபாடு புரியுது பாரு. அறம்ன்னா தர்மம் பண்ணறது. அரம் அப்படின்னா ஒரு கருவி. மாத்திப் போட்டா பொருளே மாறிடும்.'

'அரம் செய்ய இரும்பு. அறம் செய்ய விரும்பு. இது நல்லா இருக்கே. இந்த மாதிரி இன்னும் கொஞ்சம் ஜோடிகளைச் சொல்லு பார்க்கலாம்.'

'கொஞ்சம் என்ன நிறையாச் சொல்லலாம். அன்னிக்கு ஒரு போஸ்டர் பார்த்தேன். இறங்கல் செய்தி அப்படின்னு போட்டு இருந்தாங்க. இறப்பு என்பதற்கு வல்லின ற வருவதால் அது

குறித்த செய்திக்கும் வல்லின ற போட்டுட்டாங்க போல. ஆனால் இரங்கல் என்றால்தான் வருத்தம் தெரிவிப்பது. அதனால இங்க இடையின ரதான் போடணும். விமானம் போக வேண்டிய இடத்துக்குப் போன பின்னாடி அங்க விமான நிலையத்தில் தரையைத் தொடுவதை தரையிறங்கல் அப்படின்னு சொல்லலாம். '

'ஞாபகம் வெச்சுக்கும் பொழுது இறப்பு என்பதற்கு வல்லின ற வருவதால் இரங்கல் என்பதற்கு இடையின ர வரணும்ன்னு சொல்லலாம். '

'இறந்தவர்களைப் பத்திப் பேசினதுனால இந்தக் கேள்வியைக் கேட்கறேன் - எரிக்கவான்னு புதைக்கவான்னு கேட்பாங்களே. அங்க எந்த ர/ற வரணும்?'

'அது பேசுபவர்களைப் பொறுத்தது! ஏன்னா பார்சி இன மக்களை எடுத்துக்கிட்டா அவங்க இறந்தவர்களைக் கொண்டு போய் இறந்தவர்கள் கோபுரம் என்ற இடத்தில் போட்டுவிட்டுக் கழுகுகளைத் தின்ன விடுவார்கள். எரியூட்டுவது எனச் சொல்ல இடையின ர போட வேண்டும். எறிந்துவிட்டு வந்துவிட வல்லின ற போட வேண்டும். அதனால இனிமே எரிக்கவா, புதைக்கவா அல்லது எறியவா அப்படின்னு கேட்கலாம்.'

'எறியறதைப் பத்திப் பேசாதேடா. நம்ம ஊரில்தான் கொஞ்சம் கூட பொறுப்பில்லாம குப்பையை கண்ட இடத்தில் எறிஞ்சுட றாங்களே. '

'உண்மைதான். பொறுப்பு இருந்தால் மட்டும் என்ன வாழுது ஊட்டி, கொடைக்கானலில் எல்லாம் குப்பை போடாமலா இருக்கான். '

'புரியலையே. இப்போ எங்க இருந்து ஊட்டி, கொடைக்கானல் எல்லாம் வந்தது?'

'நீதானே பொறுப்புன்னு சொன்ன, பொறுப்புன்னா மலை. அதான் நானும் கொஞ்சம் மலையேறிட்டேன். நீ சொல்ல வந்தது பொறுப்பு. அதான் கடமை. இப்போ வித்தியாசம் புரியுதா?'

'புரியாம என்ன? இடையினம் போட்டா மலை, வல்லினம் போட்டா கடமை!'

'இதுல ஒரு வேடிக்கை தெரியுமா? ஒரு முறை நண்பர் ஒருத்த ரோட சாப்பிடப் போனேன். சாப்பிட ஆரம்பிக்கறதுக்கு முன்னாடி ஒரு நிமிடம் கண்ணை மூடி பிரார்த்தனை செய்துவிட்டு சாப்பிடத் தொடங்கினார். என்ன சார், இரை வணக்கமா அப்படின்னு கிண்டலாக் கேட்டேன். அவரும் சீரியஸா இது இறை வணக்கம் அப்படின்னாரு. நானும் விடாம இறை வணக்கம்ன்னா ஏன் இறைக்கிறதுக்கு முன்னாடியே செய்யறீங்கன்னு கேட்டேன். பாவம் ரொம்ப அப்செட் ஆகிட்டாரு.'

'இரை - இறைன்னு நல்ல வார்த்தை விளையாட்டுதான். அதுவும் இறை என்றால் ரெண்டு அர்த்தம் இருக்கு இல்லையா?'

'ஆமாம். இரைன்னா உணவு, அவர் சொன்ன இறை - கடவுள், இறைக்கு சிதறு அப்படின்னு ஒரு அர்த்தம் இருக்கே. அதை வெச்சுத்தான் நானும் ஒரு வார்த்தை விளையாட்டு விளையாடி னேன்.'

'இந்த ரை/றை குழப்பம் இன்னும் நிறைய இடத்தில் வருது இல்லையா?'

'ஆமாம் சொல்லிக்கிட்டே போகலாம் - குரை/குறை, சிரை/ சிறை, திரை/திறை, உரை/உறை, கரை/கறை, கூரை/கூறை, பாரை/பாறை இப்படி எவ்வளவோ இருக்கு. பேச ஆரம்பிச்சாப் பேசிக்கிட்டே இருக்கலாம்.'

'கருப்புதான் எனக்குப் பிடிச்ச கலரு. என் கண்ணு ரெண்டும்...'

'இப்போ என்ன திரும்ப சினிமாப் பாட்டு பக்கம் போயிட்ட?'

'இல்லடா, எனக்கு இதுல ஒரு பெரிய குழப்பம் இருக்கு. கருப்பா? கறுப்பா?'

'இந்த ற/ர குழப்பம் பத்திப் பேசும் போது கட்டாயமாப் பேச வேண்டிய ஒரு விஷயம்தான் இது. கருமை, கருங்குரங்கு, கருவளையம், இப்படி கருப்பு சம்பந்தமான விஷயங்கள் பத்தி பேசும் போதெல்லாம் இடையின ரதான் வருது பாரு. அதனால கருப்புதான் சரி. கறுப்புன்னா சினத்தைக் குறிக்கும். கறுத்த மாமுனி அப்படின்னு கம்பர் கௌதம முனிவரைச் சொல்லி இருக்காரு. மொத்தத்தில் நீ பாடின கருப்புதான் எனக்குப் பிடிச்ச கலருன்னு பாடினதுதான் சரி.'

'குட். போறதுக்கு முன்னாடி தலைப்புச் செய்திகள் வாசிப்பது சரோஜ் நாராயண்ஸ்வாமி ரேஞ்சில் பேசினது எல்லாத்தையும் சொல்லுவியே. அதைச் செய்.'

'இப்படி மட்டும் பேசாதே. இதைக் கேட்டா எனக்கு ஆத்திரம் பத்திக்கிட்டு வரும். செய்திகளைப் படிப்பது ஆடா மாடா? அவங்களும் மனுசங்கதானே. அப்புறம் என்ன படிப்பது? செய்திகளை வாசிப்பவர் அல்லது செய்திகளைப் படிப்பவர்ன்னு சொன்னா என்னவாம்? இதை டெய்லி கேட்டு நமக்கும் தப்புன்னே படறது இல்லை.'

'சரி சரி, நீ கோவப்பட்டு என்ன ஆகப் போகுது. வா, போய் வேலையைப் பார்க்கலாம். '

தகராறு	சரியான பயன்பாடு	தகராரு	தவறான பயன்பாடு
அரம்	இரும்பாலான ஒரு கருவி	அறம்	தர்மம்
இரங்கு	வருத்தப்படு	இறங்கு	கீழே செல்
எரி	தீயினால் சுடு	எறி	வீசு
துரவு	கிணறு	துறவு	சந்நியாசம்
பொரி	சூட்டில் வறுத்தல்	பொறி	இயந்திரம்
பொருப்பு	மலை	பொறுப்பு	கடமை
கருப்பு	வண்ணம்	கறுப்பு	சினம்
இரை	உணவு	இறை	கடவுள், சிதறு
குரை	நாய் குரைப்பது	குறை	கொஞ்சம், வருத்தம்
சிரை	தலை மயிரை நீக்கு	சிறை	அடைத்தல், சிறைச்சாலை
திரை	திரைச்சீலை, அலை (திரை கடலோடியும்)	திறை	கப்பம் (வரி, வட்டி, கிஸ்தி, திறை)
உரை விளக்கம்	சொல், பேசு, தங்கத்தை உரை,	உறை	பை, இருப்பிடம்
கரை	எல்லை, கடற்கரை, கரைத்து விடுதல், கூவு	கறை	களங்கம், அழுக்கு
கூரை	வீட்டின் மேல் பகுதி	கூறை	திருமண உடை (கூறைப் புடவை)
பாரை	கடப்பாரை	பாறை	கல்

10. ரொம்ப ஞாயம்

'ஏண்டா தினேஷ், இன்னிக்கு ஒரு சில்லறை மேட்ட ரோட ஆரம்பிக்கலாமா?'

'அது என்னடா சில்லறை மேட்டர்?'

'போன முறை நாம இந்த ர/ற பத்திப் பேசினோமே. அப்போ சில்லறையா சில்லரையான்னு பேசாம விட்டுட் டோம். அதை இப்போ சொல்லிடலாம். சில்லரைன்னா சில அரைகள் அப்படின்னு சொல்லறது மாதிரி ஆகிடும். சில என்றால் இரண்டுக்கும் மேல். உதாரணமா ஒரு நூறு ரூபாயை மாத்தினோமுன்னா, நூறு ரூபாய் மதிப்புதானே திரும்பக் கிடைக்கும். ஆனா சில அரைன்னு சொன்னோ முன்னா நூறு ரூபாய்க்கு மேல கிடைக்கணும்தானே. அதனால அது தப்பு. அதே சமயம் சில்லறைன்னா சில பகுதிகளாக நறுக்குவதால் அறுப்பது என்பது போல அறை என்பது வரும். எனவே சில்லறைன்னுதான் சொல்லணும்.'

'இன்னும் ஒண்ணு. நீ கூட இப்போ நியாயம்ன்னு சொன்ன. அதை சிலர் ஞாயம்ன்னு எழுதறாங்களே. அதுவும் சரிதானா?'

'இல்லை. ஞாபகம்ன்னு எழுதும் போது ஞா போடறோம். பேச்சுவழக்கில் நியாயம்ன்னு சொல்லாம ஞாயம்ன்னு சொல்லறோம். அதுல ஞா அப்படின்னு ஒலி வருது இல்லையா, அதனால எழுதும் போது ஞாயம்ன்னு எழுதிடறாங்க. அது சரி கிடையாது. நியாயம்ன்னு எழுதணும். நியாயம்ன்னுதான் உச்சரிக்கணும்.'

'போன தடவை பேசாம விட்ட இன்னும் ஒரு விஷயம் கூட இருக்கு. இது எனக்கே தெரியும். ரொம்ப அக்கரையா பார்த்துக் கோன்னு சிலவங்க எழுதிப் பார்த்து இருக்கேன். அது அக்கறையோடன்னு வரணும் இல்லையா?'

'ஆமாம். அக்கறைன்னா ஈடுபாடு. அக்கரைன்னா அந்தப் பக்கத்தில் இருக்கும் (ஆற்றின்) கரை அப்படின்னு அர்த்தம். இதெல்லாம் சரியா சொல்லலைன்னா அர்த்தம் அனர்த்தம் ஆயிடும் தெரியுமா?'

'ஆகும்தான். ஆனா ஒரு எடுத்துக்காட்டு ஒண்ணு சொல்லு பார்க்கலாம்.'

'சொல்லறது என்ன, பாட்டாவே பாடறேன் கேட்டுக்கோ - கல்யாண நாள் பார்த்துக் கொல்லலாமா, கையோடு கை சேர்த்துக் கொல்லலாமா, அன்னிக்கு ஒரு நாள் ஒரு பாட்டுப் போட்டியில் ஒரு அம்மா இப்படிப் பாடிக்கிட்டு இருந்தாங்க. பண்ணப் போறது அதான்னாலும், பொதுவில சொன்னா, புருஷனாகப் போறவன் உஷாராயிடமாட்டானோ?!'

'ஆகா! இவங்க எல்லாம் ஒரு க்ரூப்பாத்தான் கிளம்பி இருக்காங்க போல. ஜாக்கிரதையாத்தான் இருக்கணும். வல்லின ற / இடையின ர அப்படின்னு போன முறை வித்தியாசத்தைச் சொல்லிக் குடுத்த. இந்த ல/ள/ழ எல்லாமே மெல்லினமாச்சே. எப்படி சொல்லறது?'

'நல்லா கேட்ட. ரகரம் / நகரம் உச்சரிக்கும் பொழுது கொஞ்சம் ஒண்ணுபோல ஒலிக்கும். ஆனா இந்த ல/ள/ழ குழப்பம் வரதுக்குக் காரணமே தப்பான உச்சரிப்புதான். சரியானபடி உச்சரிச்சோமுன்னா லகரம், ளகரம், ழகரம்ன்னு சொன்னாலே போதும். இதைச் சரியாச் சொல்லலைன்னா ரொம்ப குழப்பம் வரும். அது தெரியாம கன்னாப்பின்னான்னு எழுத்துப்பிழை பண்ணறாங்க. உதாரணமா ஒலி, ஒளி, ஒழி - இது மூணையும் எடுத்துக்கோ. ஒலின்னா சத்தம். ஒளின்னா வெளிச்சம்ன்னும் சொல்லலாம், பதுங்குன்னும் சொல்லலாம். ஒழின்னா அழித்து விடு அல்லது தொலைத்து விடுன்னு அர்த்தம். நம்ம ஆட்கள் ஊழல் அரசியல்வாதி ஒளிக அப்படின்னு கோஷம் போட்டா அவங்களை ஒளிஞ்சுக்கச் சொல்லறாங்களா இல்லை நல்ல ஒளியோட பிரகாசமா இருக்கச் சொல்லறாங்களான்னு சந்தேகமே வருது.'

'அவங்களை விடு. நல்ல வேளை நீ ஒலி ஒளின்னு ஆரம்பிச்ச. அழி, அளின்னு போனா அதுக்கே உன்னைத் தனியாத் திட்டி இருப்பாங்க!'

'ஆமாம். அவங்களுக்குத் தெரியலைன்னாக்கூட நீயே போட்டுக் குடுப்ப போல. இங்க எப்பவுமே மூ மாறி ள / லவா ஆகறது இல்லை தெரியுமா. கொளுந்து என்பதைக் கொழுத்து, வாளை மீனை வாழு மீன் அப்படின்னு எல்லாம் கூட எழுதறதைப் பார்க்கறேன்.'

'நான் வாழ சாகும் மீன் என்பதை வாழ மீன் அப்படின்னு சொல்லி இருப்பாங்கப்பா. நீதான் தப்பாப் புரிஞ்சுக்கிட்டு இருக்கப் போற!'

'நீ சொன்ன ஒலி, ஒளி, ஒழி மாதிரி மூணும் வர மாதிரி இன்னும் கொஞ்சம் சொல்லேன். இன்னும் இருக்கா?'

'ஏன் இல்லாம, நீ சொல்லாமச் சொன்ன அலி, அளி, அழி இருக்கு. கிலி, கிளி, கிழி இருக்கு. தாலி, தாளி, தாழி இருக்கு. வலி, வளி, வழி - புலி, புளி, புழின்னும் சொல்லலாம்.'

'ஏன் எல்லாமே லி ளின்னு சொல்லற. மத்த எழுத்துகளில் ஒண்ணும் இல்லையா?'

'கேள்வி மட்டும் நல்லாக் கேட்கறடா. கொஞ்சம் யோசிச்சா சொல்லிடலாம். '

'ஹெ! உனக்கே உடனடியாப் பதில் தெரியாத கேள்வி கேட்டுடேனா? ஹெ ஜாலி!'

'டேய் சும்மா வாள் வாள்ன்னு கத்தாதே. வாள் எடுத்து வாலை நறுக்கினா வாழ்க்கையே வீணாயிடும்!'

'அடப்பாவி. அதுக்குள்ள வால், வாள், வாழ்ன்னு கண்டுபிடிச் சுட்டியா? '

'ஸ்டார்ட்டிங் ட்ரபுள்தான். விலா, விளா, விழான்னு கூட சொல்லலாம். இன்னும் ஜகாரம் பக்கம் போனா நிறையா மாட்டும். '

'மாட்டும்ன்னு சொன்னாப் போதுமா? ஒரு லிஸ்டுப் போடு. அதையும் கேட்கலாம்.'

'வால் சொன்னேன் இல்லையா. அதுகூட வாலை, வாளை, வாழை அப்படின்னு சொல்லலாம். தலை, தளை, தழை - இலை, இளை, இழை - கலை, களை, கழை - அலை, அளை, அழை - முலை, முளை, முழை - வலை, வளை, வழை - உலை, உளை, உழை - விலை, விளை, விழை'

'போதும் போதும். விட்டா சொல்லிக்கிட்டே போவ போல. தமிழ்ல தப்புப் பண்ண இவ்வளவு வழி இருக்கா. யப்பா!'

'தெரியாமலே நிறைய பண்ணுவே, இப்ப தெரிஞ்சுக்கிட்டு விஞ்ஞான முறைப்படி தப்பு பண்ணப் போறியா?'

'இல்லடா, இனிமே இந்த மேட்டர்லே எல்லாம் தப்பே பண்ண மாட்டேன்'

'அட, அவ்ளோ புரிஞ்சுடுச்சா?'

'இல்லை, தெரியாதவன் பண்ணா தப்பு, தெரிஞ்சவன் பண்ணா வலு அமைதின்னு சொன்னியே'

'என் வலுவைக் காட்டறேன், அமைதியாயிடுவே. அது வழு டா!'

'அட, வலு வழு. இங்க வளு இல்லையா?'

'இல்லை. சரி. மூணில் எதாவது ரெண்டு மட்டும் வர லிஸ்ட் ஒண்ணு போடலாமா?.'

'இன்னும் அது வேறயா, இன்னிக்கு இதையெல்லாம் உச்சரிச்சுப் பார்த்தே என் நாக்கு சுளுக்கிக்கப் போகுது.'

'அன்னிக்கு ஒருத்தன் என்னை மிரட்டினான். இதுக்கும் மேல பேசின, உன்னைப் புதைச்ச இடத்தில் புல்லு கூட முளைக்காதுன் னான். அவன்கிட்ட போய், ராசா நீ சொல்ல வேண்டியது புல். புல்ன்னா பறவை. அது என்னிக்கும் முளைக்காதுன்னு சொல்லவா முடியும். அன்னிக்கு மூடிக்கிட்டு வந்துட்டு இன்னிக்கு உன் கிட்ட சொல்லறேன். இந்த மாதிரி ஏகப்பட்ட வார்த்தைகளை தப்பாச் சொல்லறோம், எழுதறோம்.'

'ஆமாம். பழம்ன்னு சரியாச் சொல்லாம பலம் பளம் அப்படின்னு சொல்லறவங்கதான் இன்னிக்கி அதிகமா இருக்காங்க.'

'பளம்ன்னு ஒரு வார்த்தையும் கிடையாது. ஆனா பலம்ன்னா சக்தி. வாழைப்பழம்ன்னு சொல்லாம வாலைப்பலம்ன்னு சொன்னா இளம்பெண்களுடைய சக்தி அப்படின்னு அர்த்தம் அனர்த்தம் ஆகிடும். இன்னிக்கு நாட்டில் குளத்தில் எல்லாம் மண்ணைக் கொட்டிப் ப்ளாட் போட்டுடறாங்களே. அதுக்குக் கூட இந்த எழுத்துப்பிழைதான் காரணம்ன்னு நினைக்கிறேன்.'

'என்னடா சொல்லற?'

'ஆமாம். ஜாதியை ஒழிப்போம், குலத்தை ஒழிப்போம்ன்னு சொல்ல வந்து குளத்தை ஒழிப்போம்ன்னு சொல்லிட்டாங் களோன்னு எனக்கு சந்தேகம்.'

'ஒரு மார்க்கமாத்தான் கிளம்பி இருக்க. குளத்தைப் பத்திப் பேசின, என் பங்குக்கு நானும் பாலம் பாளம்ன்னு சொல்லிக் கறேன்.'

'சபாஷ். விலக்கு - விளக்கு, விலங்கு - விளங்கு, வெல்லம் - வெள்ளம், பால் - பாழ், தாள் - தாழ், கொல்லை - கொள்ளை, கல் - கள், தொலை - தொளை, காலை - காளை, குலை - குழை இப்படி சொல்லிக்கிட்டே போகலாம்டா.'

'இன்னும் அர்த்தமே இல்லாத எழுத்துப்பிழைகள் கூட இருக்கு. பல்லிக்கூடம், அளகான பெண், மிழகாய்ப்பழம் - இப்படி எல்லாம் கூட எழுதிப் பார்த்து இருக்கேன். சொல்லிக் குடுக்கும் பொழுது சரியான உச்சரிப்போட சொல்லிக் குடுத்தால் இந்தப் பிரச்சினையே வராது.'

'உனக்கு நாக்கு நல்லா வழையுது. சாரி, வளையுதுடா. அதான் நீ ஈசியாச் சொல்லற. ஆனா எங்க தமிழ் வாத்தியாருக்கே ழ வராது. யாரெல்லாம் தமிள் வீட்டுப் பாடம் எழுதலைன்னு கேட்பாரு. அப்போ என்ன செய்ய?'

'கஷ்டம்தான். இன்னிக்கு ஒரு கடையில் ஒரு போர்டு பார்த்தேன். பிரதி ஞாயிறுதோறும் விடுமுறைன்னு போட்டு இருக்காங்க. இதுல என்ன தப்பு தெரியுமா?'

'தெரியலையே. நிறையா இடங்களில் இந்த மாதிரி போர்டு பார்த்து இருக்கேனே.'

'பிரதின்னா ஒவ்வொரு என்ற அர்த்தத்தில் பயன்படுத்தறாங்க. ஆனா ஞாயிறு தோறும்ன்னு சொன்னாலே ஒவ்வொரு

ஞாயிறும்ன்னுதான் அர்த்தம். அதனால பிரதி என்ற வார்த்தையே அவசியமில்லாதது. இதைப் பார்த்தா எனக்கு இந்த விளம்பரங் களில் வரும் வாசகம்தான் நினைவுக்கு வருது. முற்றிலும் புதிய, மேம்படுத்தப்பட்ட (New and Improved) அப்படின்னு சொல்ல றாங்க. மேம்படுத்தப்பட்டன்னு சொன்னா இருப்பதை இன்னும் நல்ல வகையில் செய்யறது. புதிய என்றால் இல்லாததைக் கொண்டு வரது. இது ரெண்டுல எதாவது ஒண்ணுதான் இருக்க முடியும். அது என்ன புதிய மற்றும் மேம்படுத்தப்பட்ட?'

'நல்ல கேள்வி. இதை அப்படியே ஒரு கல்லில் செதுக்கி வெச்சுக் கிட்டு தஞ்சாவூர் பெரிய கோயில் வாசலில் உட்கார்ந்துக்கோ.'

● சில்லறை என்பதே சரி. சில்லரை என்பது தவறு

● நியாயம் என்பது சரி. ஞாயம் என்பது தவறு.

● பிரதி ஞாயிறு தோறும் என்று எழுதுவது தவறு. ஞாயிறு தோறும் என்றாலே போதும்.

ஒலி	ஓசை	ஒளி	பிரகாசம் மறைத்தல்	ஒழி	தொலைத்தல் அழித்தல்
அலி	ஆணும் இல்லாமல் பெண்ணும் இல்லாமல் இருப்பது	அளி	கொடுப்பது	அழி	கெடுப்பது
சிலி	பயம்	கிளி	பறவை	கிழி	கிழிப்பது பொற்கிழி
புலி	மிருகம்	புளி	புளிப்பு புளியமரத்தின் காய்	புழி	பிழி என்பதின் பேச்சு வடிவம்
வலி	துன்பம்	வளி	காற்று	வழி	தடம்
தாலி	திருமணத்தில் கட்டுவது	தாளி	கடுகு தாளிப்பது	தாழி	குடம்
வால்	விலங்குகளின் வால்	வாள்	கத்தி	வாழ்	வாழ்வது
விலா	மார்பு	விளா	ஒருவகை மரம்	விழா	திருவிழா, விழாமல்
வாலை	இளம்பெண்	வாளை	வாளை மீன்	வாழை	வாழை மரம்
தலை	மண்டை	தளை	கட்டு	தழை	புல், செழித்து வளர்
இலை	செடியின் இலை	இளை	அளவைக் குறைத்தல்	இழை	நூல்
கலை	வித்தை	களை	எடுத்து விடுதல் முகத்தின் ஒளி	கழை	மூங்கில்
அலை	கடல் அலை அலைதல்	அளை	அளைதல்	அழை	கூப்பிடு
முலை	மார்பு	முளை	முளைப்பது	முழை	குகை
வலை	மீன் பிடிக்கும் வலை சிலந்தி வலை	வளை	வளையல் வளைந்து செல்	வழை	ஒரு வகை மரம்

உலை	உலைக்களம், சமைக்கும் அடுப்பு	உளை	சேறு வலி	உழை	பாடுபடு
விலை	மதிப்பு	விளை	உண்டாக்கு	விழை	ஆசைப்படு
வலு	பலம்			வழு	தவறு
குலம்	சாதி	குளம்	ஏரி		
பாலம்	ஆற்றைக் கடக்க கட்டுவது	பாளம்	கட்டி பாளம் பாளமய் வெடிக்கிறது		
புல்	தழை	புள்	பறவை		
பலம்	சக்தி			பழம்	கனி
விலக்கு	தவிர்த்திடு	விளக்கு	தெளிவாக்கு ஒளி தருவது		
விலங்கு	மிருகம்	விளங்கு	சிறப்போடு இரு		
வெல்லம்	இனிப்பு	வெள்ளம்	நீர்வரத்து அதிகமாவது		
பால்	குடிக்கும் திரவம்			பாழ்	கெடுவது
		தாள்	காகிதம்	தாழ்	பணிவது
கொல்லை	புழைக்கடை	கொள்ளை	திருட்டு		
கல்	பாறை	கள்	பனை மரத்தில் இறக்குவது		
தொலை	தூரம், தவறவிடு	தொளை	ஓட்டை		
காலை	நேரம்	காளை	மாடு இளம் வாலிபன்		
குலை	கொத்து			குழை	பணிவது

11. ரெண்டு சுழி, மூணு சுழி

'கண்ணத்தில் என்னடி காயம்? எந்த வண்ணக் கிளி செய்த மாயம்?'

'டேய் தினேஷ். ஷேவ் பண்ணும் பொழுது கொஞ்சம் கிழிச்சுக்கிட்டேன். அதுக்கு எந்தக் கிளி மேல பழி போட. ஆனா உன் மேல ஒரு பெரிய பழியைப் போடப் போறேன்.'

'என் மேலவா? நான் என்னடா பண்ணினேன்? சும்மாக் கலாட்டாப் பண்ணிப் பாடினா தப்பா? என்ன அநியாயம்டா இது?'

'பின்ன என்னடா, என் கன்னத்தைக் கண்ணம்ன்னு சொல்லி அழுத்தற. ஏற்கனவே வெட்டுப்பட்டு இருக்கு. நீ வேற வீணா அழுத்தலாமா'

'இன்னிக்கு ன, ண வித்தியாசமா? உன் வெறும் வாய்க்கு நான் அவலைப் போட்டேன் போல. நான் ரெண்டு சுழி மூணு சுழின்னு சொல்லுவேன். நீ அப்படிச் சொல்லக் கூடாதுன்னு சொல்லுவ. அதானே ஆரம்பம். ஆரம்பிச்சுடு.'

'கரெக்ட். ரெண்டு சுழி மூணு சுழின்னு எல்லாம் சொல்லக் கூடாது. ந, ன, ண - இந்த மூணுதான் அடிக்கடி குழப்பம் வரது. இதை சொல்லும் பொழுது இந்த எழுத்துகளுக்கு முன்னாடி இருக்கு எழுத்துகளை வெச்சு சொல்லணும். ண - இது டண்ணகரம், ந - இது தந்நகரம், ன - இது றன்னகரம்.'

'புதுமைப்பித்தன் எழுதினது பொன்னகரம். என்னடா, விஜய டி மாதிரி அடிச்சு விடற!'

'அட, உனக்குப் புதுமைப்பித்தன் எல்லாம் கூட தெரியுமா? பரவாயில்லையே. என்னமோ கற்பு கற்பு என்று கதைக்கிறீர் களே, இதுதான் ஐயா பொன்னகரம்! ஒரு வரியில் எவ்வளவு தாக்கம் பார்த்தியா. எனக்குப் பிடிச்ச சிறுகதைகளில் ஒண்ணு அது.'

'சரி, கதை விமர்சணம் பண்ணப் போயிடாதே.'

'விமர்சணமா? ஏண்டா எல்லா வார்த்தையையும் இப்படி அழுத்தற. விமர்சனம் எவ்வளவு காட்டமா இருந்தாலும் விமர்சனம்தாண்டா. அதைப் போய் விமர்சணம்ன்னு சொன்ன, யாராவது கடுப்பாகி உம்மேல சாணத்தைதான் வீசப் போறாங்க.'

'எனக்கு என்னடா தெரியும். நான் படிக்கிறது எல்லாம் இணை யத்தில் எழுதறவங்களைத்தான். அதுல பல பேரு இப்படித்தானே எழுதறாங்க.'

'ஆமாம், நானும் பார்த்து இருக்கேன். இவங்க கிட்ட மாட்டிக் கிட்டு பாடாப் படும் இன்னொரு வார்த்தை பின்னணி. இந்த இணையத்தில் எந்தப் படம் வந்தாலும் உடனே விமர்சனம் பண்ணிடுவாங்க. அதுல முக்கியமா சண்டை போட்டுக்கறது இந்த பின்னணி இசை வெச்சுதான். நாம அதுக்குள்ள போக வேண்டாம். ஆனா அதை அவங்க பின்னணி, பின்னணி, பின்னணின்னு விதவிதமா போட்டு வதைக்கறாங்க.'

'பின்னணி - இதுதானே சரி?'

'ஆமாம், நடிகர்கள் எல்லாம் முன்னாடி நடிக்கும் பொழுது பின்புலத்தில் இருந்தாலும் இசை அந்தப் படத்திற்கு ஒரு அணியாக இருக்கு. அதனால அது பின்+அணி = பின்னணி இசை. அதே மாதிரி முன்னணிதான். முண்னனின்னு எல்லாம் எழுதக் கூடாது. இனிமேலாவது சண்டை போடறவங்க, நிறுத்தலை னாலும், இப்படி எழுத்துப்பிழை பண்ணாம இருக்கலாம்.'

'அதிகமாத்தான் ஆசைப்படற. இதே மாதிரி வேற என்ன எழுத்துப்பிழைகள் உனக்கு அடிக்கடி கண்ணில் படுது?'

'பன்னிரண்டு - இப்படித்தான் 12ஐ எழுதணும். இதை பண்ணி ரெண்டு பண்ணிரெண்டுன்னு எழுதறாங்க. இதுவும் உச்சரிப்பு சரியாத் தெரியாததுனால வரும் எழுத்துப்பிழைதான்னு நினைக் கிறேன்.'

'நான் அப்படின்னு சொல்ல வந்துட்டு அதைக்கூட நாண் அப்படின்னு எழுதறாங்க'

'நான் - தன்னையே குறிக்க சொல்வது, நாண் - கயிறு அல்லது வெட்கப்படு. இதை எப்படித்தான் குழப்பிக்க முடியுமோ! கயிறு என்பதைக் கூட கயர் என்று எழுதினாலும் தப்புதான். நான் / நாண் மாதிரியே தன் என்றால் தன்னுடையது ஆனால் தண் என்றால் குளுமையானது. தண்ணீர்ன்னு சொல்லறோமே.'

'சுடு தண்ணீர்ன்னு சொல்லறோம். அப்போ எங்க போகுது உன்னோட குளிர்?'

'சுடு தண்ணீர்ன்னு சொல்லக் கூடாது. நீர் - இது குளிர்ச்சியா இருந்தா தண்ணீர், சூடா இருந்தா, வெம்மையா இருக்கிறதுனால வெந்நீர். சுடுதண்ணின்னு சொன்னா சூடா இருக்கிற குளிர்ந்த நீர் என்று அர்த்தமே இல்லாமப் போயிடும்.'

'அது வேறயா. சரியாப் போச்சு. இன்னும் கூட சுவாரசியமா கொஞ்சம் சொல்லேன்.'

'அன்னிக்கு ஒரு இடத்தில் பார்த்தேன். மான் என எழுத நினைத்து மாண் அப்படின்னு எழுதி இருந்தாங்க. மாணைப் பாதுகாக்கவும் என்பது போல. மாண் என்றால் சிறப்பு, பெருமைன்னு அர்த்தம். அதனால எழுத்துப்பிழை இருந்தாலும் பொருட்பிழை இல்லாமப் போச்சு!

அதே மாதிரி ஒரு டாக்டரைப் பார்க்கப் போயிருந்தேன். அங்க கோபம் தனின்னு ஒரு பலகையில் எழுதி இருந்தது. ஏன் டாக்டர், கோபம் வந்தாத் தனியாப் போயிடணுமா? இல்லை நமக்கு நண்பர்கள் இல்லாம தனியா ஆயிடுவோமா அப்படின்னு கேட்டேன். அவருக்கு சட்டுன்னு புரியலை. நானேதான் கோபம் தணின்னு இருக்கணும் பாஸ் அப்படின்னு சொல்லிட்டு வந்தேன்.'

'அவரு தணிக்காட்டு ராஜாவா இருப்பாரு போல!'

'பாமா விஜயம் - இது ஒரு பழைய படம். இதுல ஒரு பாட்டு வருது. ஆவணி வீதியிலே அப்படின்னு ரெண்டாவது வரி வரும், அதனால முதல் வரியை எல்லாரும் ஆனி முத்து வாங்கி வந்தேன் அப்படின்னு சொல்லிடுவாங்க. பாவம் கவியரசர். அவரு

சொல்லிட்டுப் போனது ஆணி முத்து. இங்க ஆணின்னா சுவத்தில அடிக்கிற ஆணி இல்லை. மாசு இல்லாத, pure என்று பொருள். ஆணிப் பொன், ஆணி முத்து என்பது எல்லாமே இப்படித்தான். ஆணித்தரமாகப் பேசுவது கூட இந்த மாதிரி தயக்கம் இல்லாம உறுதியாகப் பேசுவதைத்தானே குறிக்கிறது.'

'சும்மா ஆணி அடிச்சா மாதிரி சொல்லிட்ட! அடுத்தது என்ன?'

'ரொம்ப கணமா இருக்குன்னு எழுதினா வெயிட்டா இருக்குன்னு அர்த்தம் இல்லை, ரொம்ப நேரமா இருக்குன்னு சொல்லற மாதிரி ஆயிடும். ஏன்னா கணம்ன்னா நேரம். கனம்தான் பளு!'

'கண்ணத்தில் ஆரம்பிச்சயே. அதே மாதிரி அண்ணம்ன்னு எதாவது இருக்கா? அன்னம்ன்னு பறவையை சொல்லும் பொழுது இப்படி அண்ணம்ன்னு அழுத்தறாங்களே.'

'அண்ணம்ன்னா வாயின் மேற்புறம். அங்க போய் நாக்கு சரியாப் படாததுதானலதான் உச்சரிப்பு இப்படி டான்ஸ் ஆடுது. இந்தக் குழப்பம் இன்னும் மனம் - மணம், பானம் - பாணம், பனி - பணி, தினை - திணை, ஆனை - ஆணை, கனை - கணை, பனை - பணை, மனை - மணை இப்படி எவ்வளவோ சொற்களுக்கு வருது.'

'எனக்கு எப்பவுமே குழப்பம் வரும் இன்னும் ஒரு ஜோடி ஊன் - ஊண். இதை சரியா ஞாபகத்தில் வெச்சுக்க சொல்லேன்.'

'ரொம்ப ஈசிதாண்டா. ஊண் எல்லாருக்கும் வேண்டியது. ஊன் என்பது புலால் உண்பவர்களுக்கு மட்டும். ஏன்னா ஊண்ன்னா உணவு. ஊன்ன்னா மாமிசம். இன்னும் ஒண்ணு சொல்லவா, வன்மை - வண்மை, இது ரெண்டுக்கும் எப்படி வித்தியாசத்தைப் புரிஞ்சுக்கறது?'

'நீயே சொல்லு.'

'வண்மைன்னா வளம். நல்லாப் பேசறவங்களுக்கு நாவண்மை இருக்குன்னு சொல்லுவோம் இல்லையா. அந்த அர்த்தத்தில் தான். ஆனால் வன்மைன்னா கடினம். அது சீரியல் மாமியார்கள் எப்பவும் நாக்கால கொடுமை பண்ணறதுனால அவங்களுக்கு நாவன்மை இருக்கிறதா சொல்லிடலாம். என்ன சொல்லற!'

'ஓஹோ! அப்போ வன்மையாகக் கண்டிக்க வேண்டிய இடத்தில் வண்மையாகக் கண்டிக்கக்கூடாதுன்னு சொல்லு!'

'ண-ன பத்தி பேசியாச்சு ஆனா இந்த ந பத்தி ரொம்ப சொல்லவே இல்லையே.'

'ந ரொம்ப குழப்பம் இல்லாத விஷயம். பெரும்பாலும் சொல்லின் ஆரம்பத்தில்தான் வரும். ஆனால் ஆரம்பத்தில் ண,ன வராது என்பதால் ரொம்பக் குழப்பம் இல்லை. மிகச் சில இடங்களில் மட்டும் சொல்லின் நடுவில் வரும். பெறுநர், இயக்குநர், ஓட்டுநர், ஆளுநர் போன்ற சொற்களில் மட்டும் நடுவில் வரும். இதை இயக்குனர், ஓட்டுனர், பெறுனர், ஆளுனர் என்று எழுதுவது தவறே.

நாநயம் சொல்லுக்கும் நாணயம் வாழ்க்கைக்கும்ன்னு ஒரு பழமொழி இருக்கு நாநயம்ன்னா நல்வாக்கு. நல்ல வார்த்தை களைப் பேசணும். நாணயம் என்றால் செல்வம். அது நல்லபடி வாழத் தேவை. இதுதான் அதுக்கு அர்த்தம்.'

'ஓஹோ! சரி, இன்னும் ஒரு கேள்வி கேட்கறேன். பழனி, பழநி எது சரி?'

'பழம் நீ என்பது மருவி பழநி ஆனது என்பது எல்லாம் கட்டுக் கதை. பழனி என்பதுதான் அந்த ஊரின் சரியான பெயர். இன்னும் சொல்லணமுன்னா புறநானூறு என்ற நூலில் பழனிக்குப் பொதினி என்று பெயர் இருப்பதாகச் சொல்கிறார்கள். பேகன் என்றவன் ஆண்ட இடமாம் இது'

'சரி பழனின்னு சொன்ன உடனே மொட்டை அடிச்சுடப் போற. இதோட நிறுத்திக்கலாமா?'

'ஒரே ஒரு விஷயம் சொல்லறேன் கேட்டுக்கோ. அன்னிக்கு ஒரு எஸ்டிடி பூத்தில் பொது தொலை பேசி அப்படின்னு எழுதி இருக்காங்க. தொலை பேசின்னா பேசிக்கிட்டே தொலைஞ்சு போ அப்படின்னுதான் அர்த்தம். தொலைக்காட்சி, தொலைத் தொடர்புன்னு எல்லாம் எழுதும் பொழுது தொலைப்பேசின்னு தானே எழுதணும். அதை விட்டுட்டு தொலை பேசின்னு எழுதினா சரியா? அதைவிட பொது தொலை பேசின்னு வேற போட்டு இருக்காங்க. பொதுத்தல் அப்படின்னா ஓட்டை போடுதல் அப்படின்னு பொருள். பொதுத்துறை, பொதுச் சொத்துன்னு எழுதும் பொழுது எப்படி வலி மிகுந்து வருது. அதே மாதிரி பொதுத்தொலைப்பேசி அப்படின்னு எழுதும்

பொழுது ரெண்டு இடத்திலும் வலி மிகுந்து வரணும். இல்லை அர்த்தம் அனர்த்தமா ஆகிடும்.'

* நீர் குளிர்ந்து இருந்தால் தண்ணீர் என்றும், சூடாக இருந்தால் வெந்நீர் என்றும் சொல்ல வேண்டும். சுடுதண்ணீர் எனச் சொல்லக் கூடாது.

* கயிறு என்பதே சரி, கயர் என்பது தவறு.

* தொலை பேசி என்றும் பொது தொலை பேசி என்றும் எழுதக் கூடாது. பொதுத்தொலைப்பேசி என்பதே சரி.

விமர்சணம்	தவறு	விமர்சனம்	மதிப்பீடு
கண்ணம்	தவறு	கன்னம்	கதுப்பு (முகத்தின் பகுதி) திருடர்களின் கருவி
பிண்ணணி பிண்ணணி	தவறு	பின்னணி	பின்னால் இருப்பது
முண்ணணி முண்ணணி	தவறு	முன்னணி	முன்னால் இருப்பது
பண்ணிரண்டு பண்ணிரெண்டு	தவறு	பன்னிரண்டு	12
நாண்	கயிறு வேட்கம்	நான்	தன்னைக் குறிப்பது
தண்	குளிர்ந்த	தன்	தன்னுடைய
மாண்	சிறப்பு பெருமை	மான்	மிருகம்
தணி	அடக்கு	தனி	ஒற்றையாய்
ஆணி	கூரிய இரும்புத் துண்டு	ஆனி	மாதத்தின் பெயர்

	மாசற்ற, உறுதியான நேரம்		
கணம்	நேரம்	கனம்	சுமை, பளு
அண்ணம்	மேல் வாய்	அன்னம்	பறவை
மணம்	வாசனை	மனம்	உள்ளம்
பாணம்	அம்பு	பானம்	திரவம்
பணி	வேலை	பனி	லேசாக உறைந்த நீர்
திணை	பிரிவு	தினை	தானியம்
ஆணை	கட்டளை	ஆனை	யானை
கணை	அம்பு	கனை	கனைத்தல்
பணை	மூங்கில்	பனை	பனைமரம்
மணை	பலகை	மனை	வீடு
ஊண்	உணவு	ஊன்	மாமிசம்
வண்மை	வளம்	வன்மை	வலிமை கடினம்
இயக்குனர் பெறுனர் ஓட்டுனர் ஆளுனர்	தவறு	இயக்குநர் பெறுநர் ஓட்டுநர் ஆளுநர்	சரி
நாணயம்	செல்வம்	நாநயம்	நல்வாக்கு
பழரி	தவறு	பழனி	சரி.

12. கண்றாவி

'சே, என்ன கண்றாவிடா இது' என்றபடியே நுழைந்தான் தினேஷ்.

'இந்த கண்றாவின்னு சொல்லறதை விடவா கண்ணராவி?' என பதிலைச் சொல்லி கச்சேரியை ஆரம்பித்தான் சுரேஷ்.

'என்னடா சொல்லற? கண்றாவி தப்பா? எல்லாரும் கண்றாவின்னுதானே பேசறாங்க, எழுதறாங்க. அதையே தப்புன்னு சொல்லற?'

'எல்லாரும் பேசினா எழுதினா சரின்னு ஆயிடுமா? சில வார்த்தைகள் எப்படி உருவாச்சுன்னு தெரிஞ்சா இந்தக் குழப்பம் எல்லாம் வராது. இரும்பை கொண்டு தேய்ப்பதற்குப் பெயர் அராவுதல். இதைத்தான் ராவறது அப்படின்னு மருவிச் சொல்லறோம். யாராவது பேசிப் பேசி கழுத்தை அறுத்தார் என்றால் கூட ஏண்டா இப்படி ராவறான்னு கேட்கறோமே. அதுவும் இந்த அராவுதல் காரணமாத்தான். பேசுவது கழுத்தை ராவுவது என்றால் பார்ப்பது கண்ணை ராவுவது. பார்த்தாலே கண்ணுக்குள்ள இரும்பை வெச்சு தேய்க்கற மாதிரி இருக்குதாம். அதனால அதுக்குக் கண்+அராவி = கண்ணராவி அப்படின்னு சொல்லணும். கண்றாவி என்பது தவறான பயன்பாடு.'

'ஓஹோ. கண்றாவின்னு சொல்லியே பழகிட்டோம். ஆனா அது எப்படி வந்ததுன்னு தெரியலை பார்த்தியா. அதனால வார்த்தையே மாறிப் போயிடுது. இனிமே சரியா கண்ணராவின்னே சொல்லணும். இது மாதிரி இன்னும் கொஞ்சம் வார்த்தைகள் பத்திச் சொல்லேன்.'

'கண்ணைப் பார்த்தாச்சு. அடுத்தது காதைக் கவனிக்கலாமா?'

'காதும் காதும் வெச்சா மாதிரி சொல்லு கேட்டுக்கறேன்.'

'சொல்லறது என்ன. பாட்டாவே பாடுவேன். ஆனா நீதான் கர்ணகடூரமாய் இருக்குன்னு சொல்லுவ.'

'அது என்ன கர்ண கடூரம். கர்ணன் எங்க இங்க வந்தாரு?'

'கர்ணம் அப்படின்னு சொன்னாக் காது. அவரு குண்டலங் களோட பிறந்தாரு இல்லையா. அதான் அவருக்குக் கர்ணன்னு பேரே வெச்சுட்டாங்க. கடூரம்ன்னா கடினமா இருக்கிறது. கொடுமையா இருக்கிறது. துன்புறுத்தும் புத்தி இருக்கிறவங் களைக்கூட கடூரச்சித்தன்னு சொல்லுவாங்க.இந்த கர்ணத்துக்கு கொடூரமாய் இருக்கிறதைத்தான் கர்ணன் கடூரம் அப்படின்னு சொல்லறது. கண்ணால பார்க்க முடியாதது கண்ணராவி, காதால கேட்க முடியாதது கர்ணகடூரம். '

'சபாஷ். இந்த டாபிக் நல்லா இருக்கே. இன்னும் கொஞ்சம் போகலாமா?'

'போகலாம். அதுக்கு முன்னாடி சில விஷயங்களைப் பத்திப் பேசவேண்டியது இருக்கு. ஒரு நண்பர் நீங்க ற / ர பத்திப் பேசும் பொழுது பொருப்பு / பொறுப்பு பத்திப் பேசினீங்க ஆனா பொருத்து, பொறுத்து பத்திச் சொல்லலையே. அதில் எனக்கு ரொம்ப குழப்பம் இருக்குன்னு சொன்னாரு. நாம இதில் பிழைகள் வருவதை அடிக்கடி பார்க்கறோம். என்னைப் பொருத்த வரையில் அப்படின்னு எழுதும் எழுத்தாளர்களையும் நான் பார்த்து இருக் கேன். பொருத்து அப்படின்னு சொன்னா சேர்க்கறது. சரியா பொருந்துதா அப்படின்னு கேட்கறோம். இல்லையா? இந்த வார்த்தை இங்க சரியா பொருந்துமா? அப்படின்னு கேட்கும் பொழுது கூட இணைந்து வருமா அப்படின்னுதானே அர்த்தம். அதனால் பொருப்பு அப்படின்னு சேர்க்கறது.

ஆனா பொறுத்து அப்படின்னா தாங்கிக்கறது. பொறுமைன்னு சொல்லும் பொழுது நாம ற போடறோம்தானே. அதே அர்த்தத் தில் வர பொறுத்துக்கும் நாம ற தானே போடணும். பொறுத்தார் பூமி ஆள்வார் அப்படின்னு பழமொழி இருக்கு. இனிமேலாவது பொறுத்துப் போக வேண்டிய இடத்தில் பொருத்துப் போகாம இருக்கணும்!'

'முன்னாடி எல்லாம் ஒரு நிறுவனம் ஆதியோட அந்தம் வரை எல்லாத்தையும் அவங்களே செய்யற மாதிரி integrated-ஆ இருப்பாங்க. ஆனா இப்போ எல்லாம் வெளியிடத்தில் செய்ய வெச்சுடறாங்க. அவ்வளவு ஏன் சின்ன டீக்கடைக்குப் போனா காப்பி கலந்து குடுப்பான். ஆனா ஸ்டார் ஹோட்டலில் எல்லாம் தனித்தனியா தந்து நம்மளையே கலந்துக்க வைக்கறான். ஆனா இவனுக்குத்தான் காசு அதிகம். அதனால இன்னிக்கு பொருத்தார் பூமி ஆள்வார்ன்னு சொல்லறதுதானே சரி?'

'நல்லா கத்துக்கறடா நீ!! ஆள்வார்ன்னு சொல்லும் பொழுதுதான் ஞாபகம் வருது. ஆள்வார் என்றால் ஆளுபவர். ஆனா வைணவத் தில் முக்கியமான பன்னிரண்டு பேரையும் ஆழ்வார்ன்னு சொல்ல ணும். அவங்க அந்த சமயத்தை ஆளலை. ஆனா இறைவனிடம் ஆழ்ந்த பக்தியோட இருந்தவங்க. அதனால அவங்களை ஆழ்வார்ன்னு சொல்லணும்.'

'அப்போ ஆண்டாள்ன்னா ஆள்வாருக்கு பாஸ்ட் டென்ஸ் மாதிரி இருக்கே. அவங்க ஆள்வாரா இல்லை ஆழ்வாரா?'

'அடப்பாவி, உன் லொள்ளுக்கு அளவே இல்லையா? விட்டா ஆள்வார்ன்னா ஆம்பிளைகள்தானே இருக்கணும். அப்போ அம்மா ஆட்சி வந்தா அவரு பெண்வாரான்னு கேட்ப போல. அப்புறம் பெண்களால்தானே war அப்படினு தாவுவ. இங்க அரசியல் எல்லாம் பேசக் கூடாது, தெரியும்தானே. ஆபீஸ் கேண்டீனில் கூட இவ்விடம் அரசியல் பேசக்கூடாதுன்னு போர்டு மாட்ட வெச்சுடாதே ராசா.'

'அன்னிக்கு நம்ம காலேஜ் சுவத்துல நோட்டீஸ் ஒண்ணு பார்த்தேன். சிரிச்சு சிரிச்சு வயத்துவலியே வந்துடுச்சு.'

'நீ உன் விஷயத்தைச் சொல்லறதுக்கு முன்னாடி நான் ஒண்ணு சொல்லறேன். சுவத்திலன்னு பேச்சு வழக்கில் சொல்லறதை எழுதும் பொழுது சுவற்றில் அப்படின்னு எழுதறாங்க. அது தப்பு. சுவரில்ன்னுதான் எழுதணும். சுவர்+இல் = சுவரில். இதுதான் சரி. நீயே வயித்துவலின்னு சொன்ன. அதை எழுதும் பொழுது வயிற்று வலின்னு எழதறோம். வயிறு+வலி = வயிற்றுவலி, வயிறு+இல் = வயிற்றில், கயிறு+ஆல் = கயிற்றால். இதெல்லாம்தான் சரி. சுவரு+இல் அப்படின்னு வந்தா வேணா சுவற்றில் அப்படின்னு சொல்லலாம். ஆனா சுவரு என்பது சரியான வார்த்தை இல்லை. அதனால சுவரில் அப்படின்னுதான் சொல்லணும்.'

'ஓஹோ!! சில சமயங்களில் கொஞ்சம் அதிகமாகவே அழுத்தி கரடுமுரடா இருந்தால்தான் சரின்னு நம்ம ஆளுங்க ஒரு அழுத்து அழுத்திடறாங்க போல!'

'அதை விடு. நீ சொல்ல வந்ததைச் சொல்லு.'

'அது ஒரு பள்ளிக்கூடத்துக்கு விளம்பரம். ஒரு பக்கம் ஆங்கிலத் திலும் மறுபக்கம் தமிழிலும் இருந்தது. ஆங்கிலத்தில் கடைசி யில் Admissions open for boys and girls அப்படின்னு எழுதி இருந்தது. அதை தமிழில் எழுதும் பொழுது, இப்பொழுது ஆண் பெண் சேர்க்கை நடைபெறுகிறதுன்னு போட்டுட் டாங்கடா!'

'அடப்பாவிகளா! மொழி மாற்றத்தின் போது சில சமயங்களில் இப்படி அபத்தம் ஆயிடும். அதனாலதான் ஜாக்கிரதையா இருக்கணும். இல்லைன்னா சாய்கடைதான்..'

'அது என்னடா சாய்க்கடை?'

'சாய்க்கடை இல்லைடா. அது என்னமோ டீக்கடை மாதிரி இருக்கு. இது சாய்கடை. நாம இதைத்தான் தப்பா சாக்கடைன்னு சொல்லறோம். கடைன்னா இடம் அப்படின்னு ஒரு அர்த்தமும் இருக்கு. அதனால சாய்கடைன்னா சாய்வாக இருக்கும் இடம். கழிவு நீர் வழிந்து ஓடுவதற்கு வசதியாக சாய்வாக இருக்கும் இடம் சாய்கடை. இதை சாக்கடைன்னு சொன்னா என்னமோ சாவுக்கு சம்பந்தப்பட்ட மாதிரி இருக்கு.'

'சாக்கடை பூரா கிருமிகள்தானே. அதன் மூலம் சாவு வரும். அதனால சாவு இருக்கும் இடம் சாக்கடை. எனவே சாக்கடை என்பதும் சரிதான்! உனக்கு மட்டும்தான் இப்படி எல்லாம் விளக்கம் தரத்தெரியும்ன்னு நினைச்சியா?'

'சரிதான்!! நல்லா இருடா ராசா!! நடு செண்டர், கேட்டு வாசல்ன்னு எல்லாம் சொன்னா சிரிப்பதானே. அந்த மாதிரி ஒரு விஷயம் சொல்லவா?'

'சொல்லு சொல்லு.'

'அண்ணாகயிறு, அருணாகயிறுன்னு எல்லாம் சொல்லுவாங்க தெரியுமா?'

'தெரியாம என்ன, அரைஞாண்கயிறு. அதைத்தானே அப்படி எல்லாம் சொல்லறாங்க. எனக்கு சரியான வார்த்தை தெரிஞ்சு இருக்கு பார்த்தியா?'

'சரின்னு நீ சொல்லற பாரு. அங்கதான் பிரச்சினை இருக்கு. அரென்னா இடுப்பு. வேட்டி அரையிலேயே நிக்கலைன்னு சொல்லுவாங்க. உடம்பைப் பாதியாப் பிரிக்கிற இடம் என்பதால் அரை என வந்ததோ என்னவோ. ஞாண் என்றால் நாண்ணு சொல்லறோமே அதோட திரிபுதான். நாண்ணாலே கயிறுதான். வில்லில் பூட்டிய நாண்ணு சொல்லுவதில் கூட இந்தப் பொருள்தான். அரைஞாண்ணு சொன்னாலே இடுப்பில் கட்டும் கயிறுன்னுதான் அர்த்தம். அது கூட எதுக்கு இன்னும் ஒரு கயிறு? தேவையே இல்லை. அரைஞாண்ணு சொன்னாலே போதும்.'

'சரி. இதோட ஆட்ட்தை முடிச்சுக்கலாம். போவோமா ஊர் கோலம், பூலோகம் எங்கெங்கும்...'

'டேய். இது கூட தப்புதான் தெரியுமா?'

'டேய். இதுல என்னடா தப்பு. கவிஞர் எழுதினபடிதானே பாட றேன்.'

'எழுதினவர் மேலதாண்டா குற்றச்சாட்டு. உன் மேல இல்லை. பொதுவா கடிகாரம் முள் சுத்துற மாதிரி, கோயில்ல வலமாத் தானே சுத்துவோம். அந்த நாட்களில் ஊரில் எதாவது பண்டிகை நடந்து ஊரைச் சுற்றி வந்தாங்கன்னா இதே மாதிரி வலமாகத்தான் சுத்துவாங்க. அது ஊர்வலம். ராஜா நகர்வலம் போனாருன்னு கூட படிச்சிருக்கோமே. அதனால ஊர்வலம் அப்படின்னுதான் சொல்லணும். கோலம், வீட்டு வாசலை அலங்கரிக்கப் போடறது. ஊர் மொத்தமும் கோலம் போட்டா வேணா ஊர் கோலம்ன்னு சொல்லிக்கலாம்.'

'சரி சரி. போவோமா ஊர்வலம்தான்னு பாடறேன். நீ கிளம்பற வழியைப் பாரு.'

● கண்ணராவி - கண்ணை ராவும்படியான காட்சி.

● கர்ணக்கடூரம் - காதில் விழும் கடுமையான கொடூரமான சத்தம்.

● பொருத்து - இணை, பொறுத்து - தாங்கி.

- ஆள்வார் - ஆளுபவர், ஆழ்வார் - ஆழ்ந்த பக்தியுடையவர்.

- சுவர்+இல் = சுவரில், சுவற்றில் இல்லை.

- சாய்கடை - சாய்வாக இருக்கும் இடம். (கழிவுநீர் செல்வதற் காக)

- அரைஞாண் - இடுப்பில் கட்டப்படும் கயிறு. அரைஞாண் கயிறு எனச் சொல்வது தவறு.

- ஊர்வலம் - ஊரை வலமாக சுற்றி வருதல். ஊர்கோலம் - தவறான பயன்பாடு.

13. இதற்கு உண்டா பத்மபூஷண்?

'எழுந்து எவ்வளவு நேரமாச்சு, காப்பி கொண்டு வாடி' என்ற காலைப் பொழுதை துவக்கினான் தினேஷ்.

'என்ன, எனனிக்கும் இல்லாத திருவிழாவா இன்னிக்கு அதிகாரம் தூள் பறக்குது?' என்ற பதிலோடு களத்தில் இறங்கினாள் வித்யா

'நான் உனக்கு ஆம்படையான். ஆம்படையான்னா என்ன தெரியுமா? ஆண்+படையான். படை வீரன்னா ஒரு கெத்து வேண்டாமா? ஒரு வீரம் வேண்டாமா?'

'என்ன பேத்தற? மனைவியைக் கூடத்தான் ஆம்படை யாள்னு சொல்லுவாங்க. அப்படின்னா ஆண்+படை யாள்ன்னு எடுத்துக்கிட்டு நாங்க பொம்பளப்பிள்ளைங் களாப் பெத்துப் போடணுமா?'

'அடடே, நல்ல நேரத்தில்தான் வந்திருக்கேன் போல. கணவனும் மனைவியும் என்னமோ தர்க்கத்தில் இருக்கிற மாதிரி இருக்கே' என்றபடி எண்ட்ரி தந்தான் சுரேஷ்

'வாங்கண்ணா, உங்களோடு சேர்ந்து இவரும் வார்த்தை களைப் பிரிக்கறேன்னு அபத்தமா உளறிக் கொட்டிக்கிட்டு இருக்காரு.'

'என்னோட சேர்ந்து அபத்தமா உளறரானா? ஏம்மா, அவனை மட்டும் சொல்லறியா, இல்லை இதுல வேற உள்குத்து எதாவது இருக்கா?'

'ஐயோ அப்படி அர்த்தம் வருதா? நான் உங்களைச் சொல்லுவேனா. நீங்க சரியாப் பிரிப்பீங்க. ஆனா இவரு

பேசறது லூசுத்தனமால்ல இருக்கு. நீங்களே இந்த ஆம்படை யான், ஆம்படையாள் விஷயத்தைப் பத்திச் சொல்லுங்க.'

'ஓஹோ. விஷயம் அப்படிப் போகுதா. இது பொதுவா பிராமணர் கள் பேசும் முறை. ஆத்துக்கு வா, அவ ஆம் எங்க இருக்குன்னு எல்லாம் கூடப் பேசுவாங்க. இல்லையா? அது தமிழ் மாதிரியே இல்லையேன்னு தோணினாலும் அது சுத்தமான தமிழ்தான். ஆனா கொஞ்சம் மருவிப் போச்சு. இது எல்லாத்துக்கும் முக்கிய மான வார்த்தை அகம். இதுக்கு பல அர்த்தங்கள் இருக்கு. இங்க நமக்கு வேணுங்கிற அர்த்தம் வீடு.

இந்த அகம் தான் ஆம் என்று மருவி இருக்கு. அகம் உடையான், அகம் உடையாள் என்பது வீட்டின் தலைவன், தலைவி என்ற பொருளைத் தருது. இதுதான் ஆம்படையான், ஆம்படை யாள்ன்னு ஆயிருச்சு. இந்த விஷயம் தெரியாம அது தமிழ் இல்லைன்னும் சொல்லக் கூடாது. படை வீரன், பெண் குழந்தை களை மட்டும் பெற்றுத் தரும் தாய்ன்னு எல்லாம் கன்னாப் பின்னான்னு சண்டை போடக் கூடாது!'

'ஏண்டா சுரேஷ், நேத்து வரேன்னு சொன்ன, ஆனா இன்னிக்குத் தான் வர. என்ன ஆச்சு?'

'ஆணி புடுங்கறது அதிகமாயிருச்சு. அதான் நேத்து நைட் வர முடியலை.'

'ஆணி புடுங்கறதா? அப்படின்னா என்ன அண்ணா?'

'வித்யா, வேலை பார்க்கறதை ஆணி புடுங்கறது அப்படின்னு சொல்லறது இந்த கம்ப்யூட்டர் தொழிலில் இருக்கிறவங்களோட பாஷை. என்னமோ சினிமாவில் வடிவேலு விஜய் சூர்யாவை எல்லாம் ஆணி புடுங்க வைப்பாராமே. அதனால அப்படி சொல்லிக்கறாங்க போல.'

'யப்பா, எப்படி எல்லாம் அடுத்தவங்களுக்குப் புரியாத மாதிரியே பேசிக்கறீங்க.'

'ஏம்மா வித்யா அலுத்துக்கற. இது எல்லா இடத்திலேயும் நடக் கறதுதான். இதுக்கு ஒரு தனி பெயர் கூட இருக்கு தெரியுமா?'

'என்னடா சொல்லற, நாம ஆணி புடுங்கறதுன்னு பேசறதுக்குக் கூடவா தனியா பெயர் இருக்கு? அந்தக் காலத்திலேயே இப்படி

எல்லாம் வரும்ன்னு தெரிஞ்சு பேரு வெச்சுட்டாங்களா? தமிழ்
இஸ் க்ரேட்!'

'டேய், அடங்குடா. இந்த மாதிரி ஒரு குழுவினர் மட்டும் அவங்
களுக்குள்ள பேசிக்கிறது மாதிரி இருக்கற வார்த்தைகளுக்குக்
குழூஉக்குறி அப்படின்னு பேரு.'

'தினேஷ விடுங்கண்ணா, நீங்க சொல்லுங்க. இது என்ன
குழூஉக்குறி?'

'ஒரு குறிப்பிட்ட கூட்டத்துக்கு மட்டும் புரியற மாதிரி
பேசறதுக்குப் பெயர்தான் குழூஉக்குறி. உதாரணமா சந்தைக்குப்
போனா காய்கறி மொத்த வியாபாரம் பேசுவாங்க. அவங்க
பேசறது நமக்குப் புரியவே புரியாது. அவ்வளவு சங்கேத பாஷை
இருக்கும். அதே மாதிரி வியாபாரிகள், தங்க ஆசாரிகள்,
யானைப்பாகன்கள் இப்படி பல தொழிலில் இருக்கிறவங்க
பேசறதுல பல வார்த்தைகள் நமக்குப் புரியாது. இப்படி
ஒவ்வொரு குழுவினரும் தமக்கான சில சொற்களை வெச்சு
இருப்பாங்க. அதுக்குப் பேருதான் குழூஉக்குறி.'

'நாம தமிழ்ல ஜார்கன்னு சொல்லறோமே. அது மாதிரியா?
சுவாரசியமாத்தான் இருக்கு. இந்த மாதிரி வேற எதுனாக் கூட
இருக்காடா?'

'ஜார்கன்னு தமிழ்ல சொல்லறோமா? நல்லா இரு!! இன்னும் இது
மாதிரி சில விஷயங்கள் இருக்கே. மங்கலம் அப்படின்னு ஒண்ணு
இருக்கு. தினேஷ், நீ மங்களமா, இதோட ஆட்டம் க்ளோசான்னு
கேட்கறதுக்கு முன்னாடியே பதில் சொல்லிடறேன். இது
மங்கலம். ஆனா மங்களம் மங்கலம் ரெண்டுமே ஒரே அர்த்தம்
தான். நல்ல விஷயம் அப்படின்னு பொருள். இந்த குழூஉக்குறி
யோட சொல்லும் பொழுது மங்கலம்ன்னா நல்லது இல்லாத
விஷயத்தைச் சொல்லும் பொழுது கூட நல்ல வார்த்தைகளைக்
கொண்டு சொல்லறதுன்னு அர்த்தம்.'

'கெட்ட செய்தியை நல்ல வார்த்தைகள் கொண்டு சொல்லறதா?
அது எப்படிடா?'

'சொல்லறேன். ஒருத்தர் இறந்துட்டார்ன்னு வெச்சுக்கோ,
அப்போ போஸ்டர் அடிக்கும் பொழுது என்ன அடிப்பாங்க?
இன்னார் இறந்துவிட்டார் அப்படின்னா சொல்லுவாங்க?

இறைவனடி சேர்ந்தார்ன்னு சொல்லுவாங்க. இல்லை, போஸ்டர் அடிக்கறவங்க நம்ம கமல் மாதிரி பகுத்தறிவு, ச்சே, பகுத்தறிவு பார்ட்டியா இருந்தா அவங்க கடவுள் நம்பிக்கை இல்லாதவங்களா இருந்தா இயற்கை எய்தினார்ன்னு சொல்லு வாங்க. கொஞ்சம் பழைய காலத்து ஆசாமிங்க 'துஞ்சினார்' அப்படின்னு சொல்லுவாங்க.'

'அண்ணா துஞ்சினார்ன்னா என்ன?'

'அதுவாம்மா, துஞ்சினார்ன்னா தூங்கினார்ன்னு அர்த்தம். மீளாத் துயிலில் ஆழ்ந்தார்ன்னு சொல்லறது இல்லையா? அந்த துயிலில் ஆழ்பவரைத் துஞ்சினார்ன்னு சொல்லுவாங்க. அதே மாதிரி சில வீடுகளில் விளக்கை அணைக்கலாமான்னு கேட்க மாட்டாங்க. விளக்கு அணைவது அபசகுனம் என்பதால் விளக்கைப் பார்க்க லாமான்னு கேட்பாங்க. சில இடங்களில் விளக்கை / தீபத்தை வளர்ப்பதுன்னும் மலையேற்றுவதுன்னும் சொல்லுவாங்க. பூவை வேண்டாம் எனச் சொல்லாமல் பூ மிஞ்சி இருக்கிறதுன்னு சொல்லுவாங்க. தாலிக் கயிறு நைந்து விழுந்தாலோ அல்லது சரடு மாற்றும் பொழுது விழுந்தாலோ தாலி பெருகிவிட்டது அப்படின்னு சொல்லுவாங்க. இப்படி பல அபசகுனமான விஷ ங்களைச் சொல்லும் பொழுது நெகடிவான வார்த்தைகளைப் போடாம நல்ல வார்த்தைகளைக் கொண்டு உணர வைப்பதுதான் மங்கலம்.'

'எங்க ஆபீசில் வேலையை விட்டுத் தூக்கினா You are fired அப்படின்னு சொல்லாம, you have an opportunity to look out for a better career-ன்னு சொல்லுவாங்க. அதுவும் இந்த மங்கலம் வகையில் சேர்த்துக்க வேண்டியதுதான் போல.'

'ஏண்டா இப்போ வேலை போகறதைப் பத்தி எல்லாம் ஞாபகப் படுத்திக்கிட்டு. அதை விடு. இந்த குழூஉக்குறி, மங்கலம் கூட இன்னும் ஒரு விஷயம் இருக்கு. அதுக்குப் பேரு இடக்கரடக்கல்!'

'என்ன கல்லு?'

'தோசைக்கல்லு. சொல்லறதைக் கேளுடா. அதுக்குப் பேரு இடக்கரடக்கல். பிரிச்சுப் பார்த்தா ஈசியாப் புரியும். இடக்கர் + அடக்கல் = இடக்கரடக்கல்.'

'இடக்கர்ன்னா என்ன? வலக்கருக்கு எதிர்த்தாப்புல இருக் கறதா?'

'இந்த மாதிரி இடக்கா பேசறதானே. இந்த இடக்கா பேசறதுன்னு சொல்லறது இன்னிக்கு நக்கலாப் பேசறதுன்னு அர்த்தம் வர மாதிரி சொல்லறோம். ஆனா உண்மையில் அது தகாத சொற்களைப் பேசறதுன்னு அர்த்தம். இந்த மாதிரி தகாத சொற்களைப் பேசறவங்களைத்தான் இடக்கர்ன்னு சொல்லறது.'

'ஓஹோ! அப்போ இந்த இடக்கர்களை அடக்கறதுதான் இடக்கர டக்கலா?'

'யெஸ்ஸ்ㄱ! அதேதான். பொதுவான இடங்களில் சொல்லத் தகாத வார்த்தைகளைச் சொல்லாம அதுக்குப் பதிலா வேற வார்த்தை களைச் சொல்லிப் புரிய வைக்கறதுக்குப் பேர்தான் இடக்கர டக்கல்.'

'இதுக்கும் எதாவது உதாரணம் தாங்களேன் அண்ணா'

'பலரும் இருக்கும் இடத்தில் மலம் கழிப்பதைப் பற்றியோ, சிறுநீர் போவதைப் பற்றியோ சொல்ல தயக்கப்பட்டாலும் ஒன்றுக்குப் போகிறேன், கால் கழுவி வருகிறேன் என்றால் தயக்கம் இல்லாமல் இருக்கு இல்லையா. இந்த மாதிரி சில வார்த்தைகளைத் தவிர்க்க வேறு வார்த்தைகளைப் போட்டால் அதுக்கு இடக்கரடக்கல்ன்னு பேரு.

இப்போ சாகித்ய அகாடமி விருது வாங்கி இருக்காரே நாஞ்சில் நாடன். அவரு ஒரு சமயம் எழுதினாரு - கொண்டையில் தாழம்பூ, நெஞ்சிலே வாழைப்பூ, கூடையில் என்ன பூ, குஷ்பு' என்றெழுதினால் பத்மபூஷண் விருதுக்குக் கோளுண்டு. ஆனால் முலை எனில் தீட்டு; குண்டி, பீ, மூத்திரம் எல்லாம் அமங்கலம். என்னுடைய சிறுகதை ஒன்றினைப் பிரசுரித்தவர் பீ, மூத்திரம் என வரும் இடங்களை வெட்டிவிட்டார். நேரில் பார்த்தபோது கேட்டேன், 'உமக்கு அதுவெல்லாம் வருவ தில்லையா? ஒன் பாத்ரும், டூ பாத்ரும் என்றுதான் வருமா?' என.

அவ்வளவு பெரிய எழுத்தாளர். அவர் எழுதினதுக்கே வெட்டு விழுந்தது. அதனால அமங்கலமான சொற்களைப் பேசாமல் அதுக்கு தகுந்தாற்போல நல்ல வார்த்தைகளாப் போட்டுப் பேசறது நாகரிகம். இதுக்கு அந்தக் காலத்திலேயே விதிகளை எல்லாம் போட்டு பேரும் வெச்சு இருக்காங்க நம்ம ஆளுங்க.'

'ம்ம். இன்னும் ஒரு கேள்வி. நீ இப்போ நாகரிகம்ன்னு சொன்னியே. அது நாகரிகமா இல்லை நாகரீகமா?'

'நாகரீகம் எல்லாம் இல்லை நாகரிகம்தான். இதே மாதிரி தேசீயம், மார்க்சீயம், காந்தீயம் அப்படின்னு எழுதறாங்க. இது எல்லாமே தப்பு. தேசியம், மார்க்சியம், காந்தியம் இப்படித் தான் எழுதணும். இயம் அப்படின்னா ஆங்கிலத்தில் -ism-ன்னு சொல்லற மாதிரி. அதை ஈயம் பித்தளைன்னு சொல்லக்கூடாது.'

'தமிழ் கத்துக் குடுக்கச் சொன்ன நைசா அரசியல் எல்லாம் நுழைக்கக் கூடாது. காப்பி போட்டு வெச்சு நேரமாகுது. அதைக் குடிச்சுட்டு ரெண்டு பேரும் ப்ரேக்பாஸ்ட் சாப்பிட வர வழியைப் பாருங்க.'

- ஆம், ஆம்படையான், ஆம்படையாள் என்பது அகம், அக முடையான், அகமுடையாள் என்ற சொற்கள் மருவி வந்தது.

- ஒரு குழுவினருக்கு மட்டும் புரியும்படியான சொற்களுக்குப் பெயர் குழுவக்குறி. (ஆணி புடுங்குதல் = வேலை பார்த்தல், கணினித் துறை)

- அபசகுனமான விஷயங்களை சுபமான வார்த்தைகளைக் கொண்டு சொல்வதற்குப் பெயர் மங்கலம். (இறைவனடி சேர்ந்தார்)

- தகாத வார்த்தைகளைச் சொல்வதற்குப் பதிலாக வேறு வார்த்தைகளைச் சொல்லிப் புரிய வைப்பதற்குப் பெயர் இடக்கரடக்கல். (சிறுநீர் கழித்தேன் = ஒன்றுக்குப் போனேன்)

- நாகரீகம், தேசீயம், மார்க்கசீயம், காந்தீயம் எல்லாம் தப்பு. நாகரிகம், தேசியம், மார்க்கசியம், காந்தியம் என்றுதான் எழுதவேண்டும்.

14. ஒண்ணு விட்டாப் போச்சு

'என்னடா சுரேஷ், கையில் என்ன கட்டு?'

'அது ஒண்ணும் இல்லைடா. எங்க காலனியில் இன்னிக்கு ரத்த தான முகாம். அதுல கலந்துக்கிட்டு ரத்தம் குடுத்துட்டு வரேன்.'

'உங்க காலனியிலுமா? மத்திய மந்திரி ஒருத்தர் பிறந்த நாளை ஒட்டி ரத்த தான முகாம்ன்னு ஊர் முழுக்க போஸ்டர் ஒட்டி இருந்தாங்களே.'

'சரியாப் பார்த்தியா? நானும் பார்த்தேன். அவங்க என்ன எழுதி இருந்தாங்க தெரியுமா? அமைச்சரின் பிறந்த நாளை முன்னிட்டு ரத்தான முகாம்ன்னு எழுதி இருந்தாங்க.'

'ஆஹா! இதை நான் சரியாப் பார்க்கலையே. ஒரு எழுத்து விட்டதுனால ரத்ததான முகாம் ரத்தான முகாமா ஆயிடுச்சே!'

'தமிழை ஒழுங்கா எழுதுன்னு நான் சொன்னா சிரிப்பியே. இப்போ பாரு ஒரே ஒரு எழுத்து விட்டதுக்காக இவங் களைப் பார்த்து நீயே சிரிப்பா சிரிக்கற. இதே மாதிரி நான் இந்த வாரம் ஒரு வலைப்பதிவைப் பார்த்து சிரிச்சேன்.'

'உனக்குத்தான் எழுத்துப்பிழைன்னா அல்வா மாதிரி யாச்சே. என்ன விஷயம் சொல்லு.'

'யாரோ நல்ல காரியம் ஒண்ணு செஞ்சதை இவரு பாராட்ட பதிவு எழுதறாரு. அதில இன்னார் செஞ்சது பாராட்டுக் குறியது அப்படின்னு போட்டு இருக்காரு. இதுக்கு

விலாவாரியா விளக்கம் சொன்னா, பிரபல எழுத்தாளர் பாரா கல்லெடுத்து அடிப்பார். அதனால எழுத்துப்பிழை இல்லாம எழுத வேண்டியது அவசியம்ன்னு சொல்லிட்டு அடுத்த மேட்டரைப் பார்க்கலாம்.'

'இதெல்லாம் எழுத்துப்பிழைகள். புரியுது. ஆனா பொதுவா பயன்பாட்டில் இருக்கிற வார்த்தை எதாவது தப்பா இருக்கா?'

'இருக்கே. நிறையா உதாரணம் சொல்லலாம். ஒண்ணு சொல்ல றேன் கேளு. அருகாமை. உங்கள் வீடு தொலைவில் இருக்கிற தான்னு கேட்டா, இல்லை அருகில் இருக்கிறதுன்னு சொல்லு வோம். ஆனா அதை அருகாமையில் உள்ளது அப்படின்னு சொன்னா இலக்கிய வாசனை அடிக்குதுன்னு நிறையா பேரு நினைக்கறாங்க.'

'ஆமா. அருகாமைங்கிறது பரவலா எல்லாரும் சொல்லறது தானே. அதுல என்ன பிரச்சினை?'

'அதுதாண்டா பிரச்சினை. அருகில் இருக்கிறதுன்னு சொன்னா சரியா இருக்கு. அது என்ன அருகாமை? முயலாமைன்னு சொன்னா முயலாமல் இருப்பது. செய்யாமைன்னா செய்யாமல் இருக்கிறது. இப்படிப் பார்த்தா அருகாமைன்னா அருகாம இருக்கிறது. அருகுவதுன்னா குறைவது. அருகாமைன்னா குறையாம இருப்பதுன்னு வேணா சொல்லலாம்.'

'அருகாமைன்னு சொல்லறதே தப்பா? ரொம்ப இண்ட ரெஸ்டிங்கா இருக்கே.'

'அடகுக்கடை எதாவது தெரியுமா?'

'தெரியாம என்ன? உனக்கு எதுக்குடா அடகுக்கடை எல்லாம்? எதாவது பிரச்சினை இருந்தாச் சொல்லேன். நான் உதவி பண்ணறேன்.'

'எனக்கு பிரச்சினை எதுவும் இல்லைடா. இந்த அடகுக்கடைன்னு சொல்லறதுதான் பிரச்சினையே.'

'என்னடா சொல்லற? அது எதாவது மார்வாடி வார்த்தையா? அதான் அவங்க இந்த மேட்டரில் சக்கை போடு போடறாங் களா?'

'நம்ம ஆளுங்க மார்வாடிகளுக்குக் குறைச்சலே இல்லை. அதை விடு. விஷயத்தைச் சொல்லறேன் கேளு. ஒரு சாமானை ஒருத்தர் கிட்ட குடுத்துட்டு அதோட மதிப்புக்கு கடன் வாங்கறதுக்கு தமிழில் பெயர் அடைவு. இதை சொல்லும் போது அடவுன்னு சொல்லறது உண்டு.'

'ஓஹோ! அப்போ இதெல்லாம் அடவுக்கடையா? அதைத்தான் நாம அடகுக்கடைன்னு சொல்லறோமமா?'

'ஆமாம். அதனாலதான் அடைமானம் வைக்கறதுன்னு சொல்ல றோம். அடைத்தல், அடைக்கலம்ன்னு சொல்லும் போது கூட இதே பொருள் வருது பாரு.'

'ஆமாம். அடைவு சரி. அப்போ அடகுன்னா என்ன?'

அடகுன்னா ஒரு வகைக் கீரை. அடகுக்கடைன்னா கீரைக் கடைன்னு அர்த்தம். அங்க கீரையா விக்கறாங்க? ஆனா இன்னிக்கு அடகு என்பது எல்லாரும் பயன்படுத்தும் ஒரு வார்த்தை ஆயிட்டதுனால அகராதிகளில் கூட இந்த அர்த்தமும் தர ஆரம்பிச்சுட்டாங்க. ஆனா அடைவு என்பதுதான் சரியான சொல்.'

'நம்மாளுங்க எல்லாத்தையும் யோசிச்சு வைச்சு இருக்காங் கப்பா!'

'ஆனா அதை நாம பாதுகாக்காம விட்டுடறோம். எவ்வளவுதான் மம்மி டாடி சொன்னாலும் அப்பா அம்மா நம்ம தமிழில் இருக்கத்தான் செய்யும். ஆனா இது போல உறவினர்களுக்கு எல்லாம் இருக்கும் பெயர்கள் மறைந்து போய் எல்லாருமே அங்கிள் ஆண்ட்டி ஆகக்கூடிய அபாயம் இருக்கு.'

'ஆமாம். நாம உறவுகளைச் சொல்லத்தான் எவ்வளவு வார்த்தை கள் இருக்கு இல்லையா?'

'உறவுகள் இருக்கட்டும். இன்னிக்கும் ஒரு கல்யாணம்ன்னு வந்தா உங்கள் உற்றார் உறவினருடம் வந்து அப்படின்னுதானே எழுதறோம். உறவினர்ன்னா சரி. உற்றார்ன்னா என்ன? தெரியுமா?'

'ஆமாண்டா, உற்றார் உறவினர்ன்னு சொல்லறோம். ஆனா உற்றார்ன்னா யாருன்னு தெரியலையே.'

'நீ உறவினர்ன்னா relatives அப்படின்னு சொல்லுவ. ஆனா நம்ம ஆட்கள் இவர்களை ரெண்டு விதமாப் பிரிச்சு இருக்காங்க. Relatives by birth and relatives by choice.

அதாவது நம் பிறப்பினால் நமக்கு உறவானவர்கள் உற்றார். இதுல நமக்கு சாய்ஸே கிடையாது. நம்ம அப்பா, அம்மா, அண்ணா, தம்பி, அக்கா, தங்கை என நம் பிறப்பினால் நமக்குக் கிடைத்த உறவுகள்தான் உற்றார்.

உறவினர்ன்னா கொண்டு கொடுத்து உறவாக வருபவர்கள். உறவு என்றாலே சம்பந்தம் என்றுதான் பொருள். உறவினர் என்றால் இது போன்ற சம்பந்தத்தின் மூலம் வரும் உறவுகள்.'

'இதைத்தானேடா இன்னிக்கு வாய்ச்சதும் வந்ததும்ன்னு சொல்ல றோம். தமிழ் ரொம்பவே அழகா இருக்குடா!' '

'தமிழ் என்றாலே இனிமை என்றுதானேடா அர்த்தம். அது அழகா இருக்கறதுல என்ன ஆச்சரியம்? மேல சொல்லு.'

'இன்னும் சில வார்த்தைகளை எடுத்துக்கோ. அதோட ஒரிஜினல் விதத்தில் இருந்து மாறிப் போய் தவறான வடிவமே நிலைபெற்று விடும். உதாரணத்துக்கு நாம சதைன்னு சொல்லறோம். அதோட உண்மையான வடிவம் என்ன?'

'என்ன? தசைதானே?'

'ஆமாம். தசைதான். அதனாலதான் தசையோட சேர்ந்து இருக்கிற நரம்பை எல்லாம் சேர்த்து தசைநார்ன்னு எல்லாம் சொல்லறோம். ஆனா நாளாவட்டத்துல இந்த தசைன்னு சொல்லறது சதைன்னு மாறிப்போச்சு.'

'ஆமாம். இப்போ நாம சதை, சதைப்பற்றுன்னுதானே சொல்ல றோம்.'

'சதைத்தல்ன்னா நசுக்குதல்ன்னு அர்த்தம். இன்னிக்கும் திருநெல் வேலி பக்கம் நசுக்கிடுன்னு சொல்ல சதைச்சுடுன்னு சொல்லு வாங்க. இந்த சதை என்பதை தசை என்ற பொருளில் சொல்ல றதே தப்புதான்.'

'ம்ம். இண்டரெஸ்டிங்'

'சேலை கட்டும் பெண்ணிற்கொரு வாசமுண்டு. கண்டதுண்டா? கண்டவர்கள் சொன்னதுண்டா?'

'வாசத்தைப் பார்க்க முடியுமா? அதானே சொல்லப் போற?'

'இல்லைடா!! சேலை என்ற சொல் எங்க இருந்து வந்தது தெரியுமா?'

'தெரியலையே. நீயே சொல்லு.'

'சீலை அப்படின்னு கிராமங்களில் சொல்லுவாங்க. கல்யாணத் துக்கு சீலை எடுத்தாச்சான்னு கேட்பாங்க. ஆனா இந்த சீலையும் கூட சீரை என்ற சொல்லில் இருந்து மருவி வந்தது.'

'சீரையா? அப்படின்னா என்னடா?'

'சீரென்னா மரப்பட்டைகளிலான உடை. சீரை சுற்றித் திருமகள் பின் செல அப்படின்னு கம்பர் சீதையைப் பத்திச் சொல்லுவாரு. சிறப்பினை தரும் மரவுரி. அதை சீரை என்று சொல்லுவார்கள். இந்த சீரைதான் சீலை என்று மருவி இன்றைக்கு சேலை என்றும் ஆனது.'

'சரி. இனிமே சீரைக் கட்டும் பெண்ணிற்கொரு வாசமுண் டான்னே பாடறேன். போதுமா?'

'இதெல்லாம் இன்னிக்கு தமிழாகிப் போச்சு. அதனால மாத்தணுமா வேண்டாமான்னு யோசிக்கணும். ஆனா இது எல்லாம் எப்படி வந்ததுன்னு தெரிஞ்சுக்க வேண்டியது அவசியம். தமிழில் இந்த மாதிரி மாறிப் போனாலும் சரின்னு சொல்லும் வார்த்தைகள் எத்தனையோ இருக்கு தெரியுமா?'

'மாறினாலும் சரியா? அது என்னடா?'

'இப்போ பவளம், பவழம் - இதுல எது சரி?'

'தெரியலையே. நீயே சொல்லு.'

'நான் பவழம்தான் சரின்னு சொன்னேன் வெச்சுக்கோ. பவளம் என்ற சொல் பழங்காலத்திலேர்ந்தே இருக்குன்னு சுட்டி எல்லாம் குடுத்து அமர்க்களப்படுத்துவாங்க. அதே நான் பவளம்தான் சரின்னு சொன்னா, பவழம் கோஷ்டியினர் வந்து இதே மாதிரி சுட்டி எல்லாம் தருவாங்க.'

'அப்போ எதுதான் சரி?'

'ரெண்டுமே சரிதான் என்றுதான் நாம இன்னிக்கு சொல்லறோம். பவளம், பவழம் எப்படி எழுதினாலும் சரிதான். அதே மாதிரிதாம் மங்கலம், மங்களம் என்று எழுதுவதும்.'

'நைசா இன்னிக்கு பேச வேண்டியதுக்கு இப்படி மங்களம் பாடிட்ட போல.'

'அதே. அதே. பை!'

- பாராட்டுக்கு உரியது என்பதை பாராட்டுக்குரியது என்று எழுத வேண்டும். பாராட்டுக்குறியது என்பது பிழை.

- அருகில் என்பதே சரி. அருகாமை என்பது பிழையான ஒரு சொல்.

- அடைவு என்பது அடவு என்று மருவி இன்றைக்கு அடகு என்று ஆனது. அடகு என்றால் கிரை. அடைவு என்பதே ஒரு பொருளை கொடுத்து அதன் மதிப்புக்கு ஈடாக கடன் பெறுவது.

- உற்றார் என்பவர் பிறப்பின் மூலம் வரும் சொந்தம். உறவினர் என்பது திருமணத்தின் மூலம் வரும் சொந்தம்.

- தசை என்பதே சரியான சொல். அது சதை என்று மருவிப் போனது. சதை என்றால் நசுக்கு என்று பொருள்.

- சீரை என்றால் மரவுரி. அது சீலை என்று மருவி இன்றைக்கு சேலை என்று வழங்கப்படுகிறது.

- பவளம்/ பவழம், மங்கலம்/ மங்களம் என்ற இரு வகைகளும் ஏற்றுக் கொள்ளக் கூடியதே.

15. அடையாா் ஆனந்தம்

'என்னடா சுரேஷ், இன்னிக்கு ஆபீஸ் வரும் போதே ஒரே சிரிப்பு? என்ன விசேஷம்?'

'இப்போ எல்லாம் நான் பஸ்ஸில்தானே ஆபீஸ் வரேன். இன்னிக்கு பஸ்ஸுக்கு நிக்கும் போது செம காமெடி.'

'எவனோ உன் கிட்ட வசமா மாட்டி இருக்கான். என்ன ஆச்சு சொல்லு'

'என் கிட்ட நின்னுக்கிட்டு இருந்தவன் ஒரு பஸ் வந்த உடனே என் கிட்ட இந்த பஸ் அடையாா் போறதான்னு கேட்டான். நானும் அப்படி ஒண்ணும் கட்டாயம் இல்லை. அடைந்தவரும் கூடப் போகலாம்ன்னு சொன்னேன்.'

'ஐயோ. உன் வேலையை என் கிட்ட காமிக்கறதோட நிறுத்திப்பன்னு நினைச்சேன். இப்போ ரோடுல போகற வங்க வரவங்க கிட்ட எல்லாம் உன் ஆரம்பிச்சாச்சா?'

'அப்படி இல்லைடா தினேஷ். இந்த அடையாா் மேட்டர் இருக்கே, இது எனக்கு எப்பவும் கடுப்பேத்தற ஒண்ணு. அந்தக் கடுப்பை இன்னிக்கு இந்த ஆள் மேல காட்ட வேண்டியதாப் போச்சு.'

'அது என மேட்டர்? அதையும் சொல்லிடு'

'அடைமழைன்னு சொல்லறோம். அப்படின்னா என்ன? விடாது தொடா்ந்து பெய்யும் பெரும் மழை. அதான் அடைமழை. அதே மாதிரி நம்ம சென்னைக்குள்ள, ரெண்டு பக்கக் கரையையும் தொட்டுக்கிட்டு ஓடுமளவுக்கு

தண்ணீர் போகும் ஆறு இந்த அடையாறு. அடையாற்றின் கரையில் இருக்கும் இப்பகுதிக்கும் அதனால அடையாறுன்னு பேரு வந்தது.'

'அடையாறா? அவ்வளவு தண்ணீர் எல்லாம் வந்து பாத்ததே இல்லையே.'

'ஆமாம், நாம நதிகளை என்னிக்கு மதிச்சு நல்லா வெச்சி இருந் திருக்கோம். கூவம் நதியில் குளிச்சுட்டுக் கோவிலுக்குப் போன வங்க பத்தி எல்லாம் பழைய கதைகள் இருக்கு தெரியுமா? அதை நாம சாய்கடையாவே ஆக்கியாச்சு.'

'சரி அடையாறு. பாவம் அதை அந்த ஆள் அடையார்ன்னு சொன்னதுக்கா இந்தப் படுத்தல்?'

'அடையார்ன்னா என்ன அர்த்தம்? அடையாதவர்ன்னு இல்ல வருது. அதனால அடையாறுன்னு எழுத வேண்டிய இடத்தில் அடையார்ன்னு எழுதினா அர்த்தம் அநர்த்தமாகிடுது. அடையார் ஆனந்த பவன் - இப்படித்தான் அந்த கடையோட பெயர் எல்லா விளம்பரங்களிலும் வருது. ஆனா ஒழுங்கா தமிழ் தெரிஞ்ச ஒருத்தன் அதைப் படிச்சா என்ன அர்த்தம் வரும்?'

'இது நேரடியான விளக்கமா இருக்கப் போறது இல்லை. நீயே சொல்லிடு.'

'பவன்னா வீடு என்பதற்கான வடமொழிச்சொல். ராஜ்பவன், ராஷ்ட்ரபதி பவன் இப்படி எல்லாம் சொல்லறோமே. அந்த மாதிரி. அடையார் ஆனந்த பவன் அப்படின்னு சொன்னோ முன்னா ஆனந்தம் அடையாதவர்களின் இல்லம் என்றுதான் பொருள்.'

'ஒரு வேளை அவங்க ரொம்ப விலை வெச்சு விப்பாங்களோ? அதனால அங்க பலகாரம் வாங்கினா எல்லாருக்குமே ஆனந்தம் இல்லாம ஆயிடுமா?'

'வேண்டாம்டா. ரொம்ப எதாவது சொல்லி அவங்க நம்ம மேல கேஸ் போட்டுடப் போறாங்க. அடையாறு ஆனந்த பவன் அப்படின்னு சொல்லறதுக்குப் பதிலா அடையார் ஆனந்த பவன்னு போட்டா எப்படி அர்த்தம் மாறுது பாத்தியா? அதனாலதான் எனக்கு ரொம்ப கடுப்பாகுது.'

'கடுப்பாக வேண்டியதுதான். எனக்கும் தெரிஞ்சாச்சு பாரு, இனிமே நானும் கடுப்பாகறேன்.'

'ஒண்ணு சொல்லணும்டா. கொஞ்ச வருஷமா அரசாங்கம் சம்பந்தப்பட்டது எல்லாத்துலேயும் அடையாறுன்னு சரியா எழுதறாங்க. பேருந்துகள், அலுவலகங்கள்ன்னு எல்லா இடத்திலேயும் சரியா இருக்கும். மக்களும் இதை சரிசெஞ்சா அடையாற்றில் தண்ணி ஓடுதோ இல்லையோ, அடையாறுன்னு ஒண்ணு இருக்குங்கறதாவது நினைப்புல இருக்கும்.'

'ம்ம். இனிமேல் எங்க எல்லாம் அடையார்ன்னு எழுதி இருக்காங்கன்னு பார்த்துட வேண்டியதுதான்.'

'பாரு பாரு. கொஞ்ச நாள் முன்னாடி கோவை பக்கம் போயிருந்தேன். அங்கதான் எவ்வளவு ஆறுகள். ஆனா எல்லாமே இந்த அடையார் கேஸ்தான். ஆளியார், வாளையார், கல்லார், பாலார், சின்னார், சோலையார், மாயார், உப்பார் இப்படித்தான் நிறையா எழுதி இருக்காங்க. இதை எல்லாம் கொஞ்சம் மாத்தினாத் தேவலாம்.'

'கல்லாரா? இது தப்புன்னு எனக்கே தெரியுதே. கல்லார்ன்னு கல்வி கற்காதவர்ன்னு தானே அர்த்தம். இப்படியா எழுதறாங்க. நல்ல வேளை தஞ்சை பக்கங்களில் திருவையாறுன்னுதான் எழுதறாங்க.'

'ஆமாம், ஆனா அங்க இன்னும் ஒரு பிரச்சினை இருக்கு. திருவையாறில் இசை நிகழ்ச்சின்னு எழுதிடறாங்க. அது சரி இல்லை. அழகர் ஆற்றில் இறங்கினார். இப்படிச் சொன்னா அழகர் வைகைக்குள்ள இறங்கினதைப் பத்தி பேசறோம்ன்னு தெரியும். அதையே அழகர் ஆறில் இறங்கினார்ன்னா நம்பர் ஆறுக்குள்ள இறங்கினார்ன்னுதானே தோணும்?'

'அட ஆமாம். ஆறினுள்ன்னா நம்பர், ஆற்றினுள்ளா நதி. அப்போ திருவையாற்றில்ன்னுதான் சொல்லணும். இல்லையா'

'ஆறில் இருந்து அறுபது வரை, ஆற்றில் போட்டாலும் அளந்து போடணும். இந்த ரெண்டு பழமொழிகளை ஞாபகம் வெச்சுக் கிட்டா குழப்பமே வராது. இதே மாதிரிதான் கயிறுன்னு சொல்லறோம். அப்படியே கயிற்றால்ன்னுதான் சொல்லணுமே தவிர கயிரால் என்பதும் தப்புதான்.'

'நீ அழகர்ன்னு சொன்ன உடனே எனக்கு ஒரு சந்தேகம். அன்னிக்கு மதுரை மரிக்கொழுந்து வாசம், என் ராசாத்தி உன்னுடைய நேசம் - இந்தப் பாட்டைக் கேட்டேன். அது என்னடா மரிக்கொழுந்து? மரின்னா இறந்து போவது இல்லையா? அதைப் போய் ஏன் இதுக்குப் பேரா வெச்சு இருக்காங்க?'

'சொல்லும் பொழுதே உனக்குத் தப்பாத் தெரியுதே. இது அந்த பாட்டு எழுதினவருக்குத் தெரியாமல் போனதுதான் சோகம். அதோட ஒரிஜினல் பேரு மரிக்கொழுந்து இல்லை. மருக் கொழுந்து. மருன்னு சொன்னா வாசனன்னு அர்த்தம். கொழுந் துன்ன இளம் தளிர். கொழுந்துன்னா வெத்தலைன்னு சொல்ல றோமே அது மாதிரி. நல்ல வாசனையுடைய இளம் தளிர்களைக் கொண்ட செடி மருக்கொழுந்து. அதான் அதுக்கு அப்படிப் பேரு வெச்சாங்க. அதை மரிக்கொழுந்துன்னு சொன்னா இளம் தளிரா இருக்கும் பொழுதே செத்துப் போகும் இலைகளைக் கொண்ட செடின்னு அர்த்தம் வரும். இது சரியா? நீயே யோசிச்சுப் பாரு.'

'புரியுது. மதுரையில் இருக்கும் போதே இன்னும் ஒரு சந்தேகம். அதையும் கேட்டுடறேன். மதுரையிலேயே புகழ்பெற்றது மீனாட்சி அம்மன் கோவில்தான். சில சமயங்களில் கோவில்ன்னு சொல்லறோம். சில இடங்களில் கோயில்ன்னு சொல்லறோம். கோயில் சரியா கோவில் சரியா?'

'கோவிலா கோயிலா என்பது ஒரு பக்கம் இருக்கட்டும். மீனாட்சின்னா என்னன்னு தெரியுமா? அட்சின்னா கண்ணு. மீன் போல கண்ணு இருக்கிறவ மீனாட்சி. இதை இன்னும் சுத்தமா தமிழில் சொல்லணும்ன்னா கயல்விழி. இது தெரியுமா உனக்கு?'

'மீன் போன்ற கண்களை உடையவள் மீனாட்சி. பேஷ். சொல்லும்போதே அழகா இருக்கே. அவ இருக்கிற இடம் கோவிலா கோயிலா அதைச் சொல்லு முதலில்.'

'அடேய்! இன்னிக்கு செம பார்ம்ல இருக்க. கேட்கற கேள்வி எல்லாம் சும்மா நச் கேள்வியா இருக்கு. நீ இப்போ கேட்டியே, இந்த சந்தேகம் இன்னிக்கு நேத்திக்கு இல்லை, ரொம்ப வருஷ மாவே இருக்கு. கோ அப்படின்னா பசு, அரசன்னு எல்லாம் அர்த்தம் இருக்கிறது நமக்குத் தெரியும். ஆனா அதே கோ என்ற சொல்லுக்கு இறைவன் என்ற பொருள் இருப்பது நம்மில் பல பேருக்குத் தெரியாது கோ இருக்கும் இல்லம்தான் கோயில்.

அந்த காலத்திலேயெ இளம்பூரணர் அப்படின்னு ஒருத்தர் கோயில்ன்னு எழுதி இருக்காரு. ஆனா நச்சினார்க்கினியர் கோவில்ன்னு எழுதி இருக்கிறதா படிச்சு இருக்கேன். ஆனா எது சரி? எது தவறு?

நாம முன்னாடி பார்த்த புணர்ச்சி விதிகள் என்ன சொல்லுது தெரியுமா? ரெண்டு வார்த்தைகள் சேரும் போது முதல் வார்த்தை யோட கடைசியில் இ, ஈ, ஐ தவிர வேற எந்த உயிர் எழுத்து வந்து முடிஞ்சு, ரெண்டாவது வார்த்தை உயிர் எழுத்தில் ஆரம்பிச்சா, நடுவில் வ வரும். பூ+அழகு இதனாலதான் பூவழகு அப்படின்னு ஆகுது. இப்படிப் பார்த்தா கோ+இல் கோவில்ன்னுதான் வரணும்.

ஆனா சிலப்பதிகாரம் போன்ற பழைய நூல்களில் கோயில் அப்படின்னே சொல்லி இருக்கு. கோஇல் அப்படின்னு எழுதி அதை கோயில் எனச் சொல்லி வந்திருப்பாங்களோ என்னவோ. பின்னாடி யாராவது கோயில்ன்னு எழுதினா இலக்கண விதிகள் படி சரியா இல்லையேன்னு நினைச்சு கோவில் அப்படின்னு எழுத ஆரம்பிச்சு இருப்பாங்கன்னு நினைக்கிறேன்.'

'கோயில்ன்னு சொன்ன உடனே பிரசங்கம் மாதிரி விடாம பேசித் தள்ளிட்ட. இன்னிக்கு இவ்வளவுதானா இல்லை வேற எதாவது இருக்கா?'

'இன்னும் ஒண்ணே ஒண்ணு சொல்லறேன். இன்னிக்கு ஒரு பத்திரிகையில் படிச்சேன். ஏமாறினான்னு எழுதி இருக்காங்க. ஏமாறு, ஏமாற்றுன்னு எல்லாம் சொன்னாக் கூட ஏமாறினான்னு சொல்லக் கூடாது ஏமாந்தான்னுதான் சொல்லணும்.'

'இது புதுசா? எங்களுக்கு வழக்கம் போல சினிமாப் பாட்டு சரியாவே சொல்லிக் குடுத்திடுச்சே. கம்பன் ஏமாந்தான்னுதானே வருது கம்பன் ஏமாறினான்னா வருது? அதனால ஏமாந்தான்னு சொல்லறதுதான் சரி.'

'இதுக்கும் சினிமாப் பாட்டுதானா? நல்லா இருங்கடா! நான் போகறேன்.'

'சரி. நானும் அடையாறுக்குப் போகணும். அப்புறமாப் பார்க்கலாம்!'

● அடையாறு என்பதே சரி. அடையார் என்பது தவறு.

- இது போலவே மற்ற ஆறுகளின் பெயர்களும் கல்லாறு, உப்பாறு என வழங்கப்பட வேண்டுமே தவிர கல்லார் உப்பார் என்பது தவறான பயன்பாடு.

- ஆற்றில் என்றால் நதியில் எனப் பொருள். ஆறில் என்பது எண் ஆறு என்பதற்குள் என்ற பொருளையே தரும். இது போலவே கயிற்றால் என்பதுதான் சரி. கயிறால் என்பது தவறு.

- மருக்கொழுந்து என்பது சரியான வடிவம். இதை மரிக் கொழுந்து என்பது தவறு.

- அட்சி என்றால் கண். மீன் போன்ற கண்களை உடையவள் மீனாட்சி. கயல்விழி எனத் தூய தமிழில் சொல்லலாம்.

- கோயில் கோவில் இரண்டுமே சரிதான். பழங்கால இலக்கியங் களில் கோயில் என்பதே அதிகம் பயன்படுத்தப்பட்டு இருக்கிறது.

- ஏமாறினான் என்பது தவறான பயன்பாடு. ஏமாந்தான் என்றே சொல்லுதல் சரி.

16. நாட்டாமை, வழக்கத்தை மாத்து

'ஏண்டா சுரேஷ், என்ன ஆச்சு எதோ யோசனையில் இருக்க?'

'நாம பேசும் போது சரி, தப்புன்னு எதையாவது சொல்லறேன். கேட்கறவங்க நான் செய்யும் நாட்டாமை தாங்கலைன்னு பேசறாங்க.'

'கேள்வி கேட்கறது நான், பதில் சொல்லறது நீ. இதுல மத்தவங்க என்ன சொன்னா என்ன? விடு.'

'ச்சே, அப்படி எல்லாம் கவலைப்படற ஆளா நாம. ஆனா அர்த்தமே தெரியாம நாம நாட்டாமைன்னு சொல்ல றோமே. அதைத்தான் யோசிச்சுக்கிட்டு இருந்தேன்.'

'நானே நினைச்சு இருக்கேன். அது என்ன நாட்டாமை? கடல் குளத்தில் எல்லாம் ஆமைதான் ரொம்ப நாளா உயிர் வாழும். அது மாதிரி பெருசுங்கதானே நாட்டாமை செய்வாங்க. அதுனால நாட்டாமைன்னு பேரு வந்துச்சா?'

'ஆமாண்டா, நாட்டாமை, காட்டாமை, கடலாமைன்னு எதையாவது சொல்லிக்கிட்டே போகாதே. நாட்டாமை மருவி வந்த ஒரு வார்த்தை. சரியாச் சொல்லணும்ன்னா அது நாட்டாண்மை!'

'நாட்டாண்மையா? அப்படின்னா என்னடா?'

'ஆண்மை அப்படின்னா ஆண் தன்மை என்ற அர்த்தம் மட்டும் இல்லை. மேன்மை அப்படின்னு ஒரு அர்த்தமும் இருக்கும். ஒரு நாட்டில் இருக்கும் மேன்மை பொருந்திய

'மக்கள் நாட்டாண்மை. ஒரு வழக்குன்னு வந்தா இவங்க கிட்டப் போனா நல்ல ஆராய்ந்து சரியான தீர்ப்பு தருவாங்க. அந்த நாட்டாண்மை மருவிதான் நாட்டாமென்னு ஆயிருச்சு.'

'ஆண்மை மருவி ஆமையாச்சா? எல்லாத்தையும் காமெடியாப் பண்ணறதே நம்ம பழக்கமாப் போச்சு.'

'ஹாஹா! வழக்கம் ஆகிப் போச்சுன்னு சொல்லு.'

'பழக்கவழக்கம்ன்னா பழக்கம் வழக்கம் எல்லாம் ஒண்ணுதானேடா. அதுல கூடவா வித்தியாசம் இருக்கு?'

'தமிழ்ன்னா சும்மா நினைச்சியா? அது ரெண்டுக்கும் ஒரு சின்ன வித்தியாசம் இருக்கு. பழக்கம் என்பது ஒருத்தன் அவன் அளவுல ஏற்படுத்திக்கறது. காலையில் எழுந்து ஆறு டம்ளர் தண்ணி குடிக்கிறது உன்னோட பழக்கம். வெள்ளிக்கிழமைதோறும் கோயிலுக்குப் போறது என்னோட பழக்கம்.'

'புரியுது. அப்போ வழக்கம்ன்னா என்ன?'

'ஒருத்தரோட பழக்கத்தை மத்தவங்களும் பின்பற்ற ஆரம்பிச் சுட்டாங்கன்னா அது வழக்கமாயிடுது. குடும்பத்தோட வழக்கம், சமூகத்தோட வழக்கம், நாட்டோட வழக்கம்ன்னு ஒரு வழக்கத் தோட வீச்சை சொல்லிக்கிட்டே போகலாம்.'

'புரியுது. தலைவர் மைக்கைப் பிடிச்சா பேசிக்கிட்டே இருக்கிறது பழக்கம். அவர் பேசற மீட்டிங்குக்கு லாரி நிறைய ஆட்களைக் கொண்டு வரும் போது அவங்களுக்குப் பிரியாணிப் பொட்டலம் தரது வழக்கம். இதானே! இந்த மாதிரி வேற எதாவது இருக்கா?

'அரசியலா? ஒண்ணு சினிமா, இல்லைன்னா அரசியல். ஏண்டா இப்படி இருக்க. போகட்டும். நாம இந்த வித்தியாசம் தெரியாம மாத்தி மாத்தி பயன்படுத்தற ஒண்ணை சொல்லவா? ஆகிய, முதலிய - இந்த ரெண்டு வார்த்தைகளயுமே ஒரே அர்த்தத்தில் பயன்படுத்தறோம். ஆனா அது சரி கிடையாது.'

'அப்படியா? ஆகியன்னு சொன்னா என்ன? முதலியன்னு சொன்னா என்ன? ரெண்டும் ஒண்ணுதானே!'

'டேய், ஒண்ணு இல்லைன்னுதானே சொல்லறேன். பின் னாடியே ஒண்ணுதானே சொன்ன என்ன அர்த்தம்? ஆகியன்னு

சொன்னா அதுக்கு முன்னாடி சொன்ன லிஸ்ட் வந்து முழுமை யான லிஸ்ட். முதலியன்னு சொன்னா அந்த லிஸ்ட் வெறும் எடுத்துக்காட்டுதான். புரியுதா?'

'சென்னை, மதுரை, கோவை, திருச்சி, சேலம், நெல்லை, ஈரோடு, திருப்பூர், வேலூர், தூத்துக்குடி ஆகிய ஊர்கள் தமிழகத் தில் உள்ள நகராட்சிகள். இப்படிச் சொன்னோம்னா இந்த பத்து ஊர்கள் மட்டுமே நகராட்சிகள். இதைத் தவிர வேற எதுவும் இந்த லிஸ்டில் வராது. அந்த மாதிரி இருக்கும் போது ஆகியன்னு சொல்லணும்.'

'ஓஹோ!

'காமராஜர், எம்ஜியார், கலைஞர் முதலியோர் (முதலியார் இல்லை, ஒழுங்காப் படி) தமிழகத்தின் முதலமைச்சராக இருந்த வர்கள். இப்படிச் சொன்னா இவங்களத் தவிர இன்னும் சிலரும் கூட தமிழ் நாட்டு முதலமைச்சராக இருந்திருக்காங்கன்னு அர்த்தம்.'

'எம்ஜியார், கமல், விக்ரம், பிரகாஷ்ராஜ், தனுஷ் ஆகியோர் சிறந்த நடிகருக்கான தேசிய விருது பெற்ற தமிழ் நடிகர்கள். ஸ்ரீதேவி மாதவி ரேவதி நக்மா, ஷ்ரியா முதலிய பல நடிகைகள் சூப்பர் ஸ்டாரோடு இணைந்து நடித்திருக்கின்றனர். சரியா?'

'சினிமாவைப் பத்தி பேசலைனா உனக்குத் தூக்கம் வராதே. ஆனா நீ சொன்னது சரிதான். இதே மாதிரி நிறையா பேரு தப்பா பேசற எழுதற இன்னும் ஒண்ணு பத்திச் சொல்லவா?'

'இதெல்லாம் முடியற டாபிக்கா? சொல்லு சொல்லு. இனிமேலா வது இந்த மாதிரி தப்பு பண்ணாம இருக்கேன்.'

'இணையத்திலும் சரி, பத்திரிகைகளிலும் சரி, இப்போ இதை ரொம்ப அதிகமாப் பார்க்கறேன். இவைகள் அவைகள்ன்னு எழுதறாங்க. இதைத்தான் நான் சொல்ல வந்தேன்.'

'இதுல என்ன தப்பு? புரியலையே. கொஞ்சம் ஒழுங்கா சொல்லுடா.'

'புரிய என்னடா இருக்கு? அது, இதுன்னு சொல்லறோம் இல்லையா? அது ஒரு மாடு. இது ஒரு ஆடு. இப்படித்தானே சொல்லறோம்?'

'ஆமாம். அது இதுன்னு சொல்லறோம்.'

'அதையே பன்மைல சொல்லணும்னா கொச்சையாப் பேசும் போது அதுங்க இதுங்கன்னு சொல்லறோம். இதையே சரியாச் சொல்லணும்னா அவை, இவை இப்படிச் சொல்லறோம் இல்லையா?'

'ஆமாம். ரொம்ப இலக்கண சுத்தமா பேசணும்னா அப்படித்தான் சொல்லணும். அவை பன்றிகள், அவற்றைப் பொருட்படுத்தா மல் வந்துவிடு - இப்படித்தான் சொல்லறோம்.'

'அவை, இவை - இதுவே பன்மைதானே. அப்புறம் எதுக்கு அவைகள், இவைகள்? அவை - இதுக்கு சபைன்னு ஒரு அர்த்தம் இருக்கு. அதோட பன்மையா வேணுமானா அவைகள்ன்னு சொல்லலாம். ஆனா பல பொருட்களைச் சொல்ல அவை போதும் அவைகள் வேண்டாம்.'

'ஓஹோ! இப்போ புரியுது. அது, அவை போதும். அவைகள் வேண்டாம். சரிதான். நீ இப்படி விளக்கமா சொன்ன புரியுது. இந்த மாதிரி பொதுவா பார்க்கற தப்பு வேற எதாவது இருந்தால் கூட சொல்லுடா.'

'இன்னும் ஒண்ணு சொல்லறேன் கேளு. நேத்து எங்க ஆபீஸ்ல ஒருத்தர் கூடப் பேசிக்கிட்டு இருந்தேன். நீங்க இங்க சேர்ந்து எவ்வளவு நாள் ஆச்சுன்னு கேட்டேன். அவர் ஏறக்குறைய பதி மூன்றே முக்கால் வருடங்கள் அப்படின்னு பதில் சொல்லறாரு.'

'இதுக்கு நீ என்ன சொல்லப் போறன்னு எனக்கே புரிஞ்சு போச்சே. எனக்குக் கூட இந்த மாதிரி ஒரு அனுபவம் உண்டு. ஆனா அது ஆங்கிலத்தில் நடந்தது. ஒரு புது ப்ராஜெக்ட். அது பத்தி பேசும் போது என் பாஸ் அக்யூரேட்டா அவ்ளோதான் ஆகுமான்னான்உட்டேன் ஒரு வுடு! அக்யூரேட்டா சொல்ற துக்குப் பேர்தான் உங்கூர்லே எஸ்டிமேட்டா?'

'பலே. இதே கதைதாண்டா தினேஷ், நான் சொல்ல வந்தது. ஏறக்குறைய அப்படின்னு சொன்னாலே அது எஸ்டிமேட்தான். அப்படி ஆகும் போது பதிமூனுன்னு சொன்னாப் போதும் இல்லை பதினாலுன்னு சொல்லலாம். அதை விட்டுட்டு இப்படி ஏறக்குறைய பதிமூணே முக்கால்ன்னு எல்லாம் சொல்ல வேண்டியதே இல்லை.'

'சரிதான். அதே மாதிரி சமயத்துக்கு ஏத்தா மாதிரி இதை மாத்திக் கணும். மயிலாப்பூரில் இருந்து தாம்பரம் எவ்வளவு தூரம்ன்னு சொல்லும் பொழுது ஏறக்குறைய 20 கிலோமீட்டர்ன்னு சொல்லணும். அதையே சென்னையில் இருந்து மதுரைக்கு எவ்வளவு தூரம்ன்னு கேட்டா ஏறக்குறைய 400 கிலோ மீட்டர்ன்னு சொல்லணும்.'

'கரெக்ட். இப்போ இன்னும் ஒரு விஷயம் பத்திச் சொல்லறேன். சமீபத்தில ஒரு தமிழ்ப் பாடப் புத்தகம் ஒண்ணு பார்த்தேன். அதுல ஒரு பாடத்துல நாட்டுப்புரம் அப்படின்னு போட்டு இருக்காங்க.'

'சுரேஷ், இதை நீ குறிப்பிட்டு சொல்லறதுனால நாட்டுப்புரம் தப்புன்னு தெரியுது. என்ன வரணும்? நாட்டுப்புறமா?'

'ஆமாம். புரம்ன்னு சொன்னா ஊரு. புறம்ன்னு சொன்னா வெளியே. தமிழில் நாட்டுக்கு, அதாவது ஒரு நகரத்துக்கோ கோட்டைக்கோ, வெளிய இருக்கிற இடம் நாட்டுப்புறம். அதாவது நாட்டுக்கு வெளியே இருக்கும் இடம். ஆனா ஆங்கிலத் தில் கிராமங்களை countryside அப்படின்னு சொல்லுவாங்க. அதை மனசில் வெச்சுக்கிட்டு இந்த ஆள் நாட்டுப்புரம் அப்படின்னு எழுதிட்டாரு போல.'

'பாடப்புத்தகத்திலேயே இப்படி எல்லாம் செய்ய ஆரம்பிச் சாச்சா!!'

'என்ன பண்ணறது. சரி, ரொம்ப சீரியஸா பேசிட்டோம். கொஞ்சம் குஜாலா ஒரு மேட்டர் சொல்லறேன். கேட்டுக்கோ!'

'நான் கேட்டாக் கூட சொல்ல மாட்டேன் அப்படின்னுவ. இப்போ நீயே சொல்லறேன்னு சொன்னா விடுவேனா, சொல்லு சொல்லு.'

'அந்தப்புரத்தில் ஒரு மகராணின்னு ஒரு பாட்டு இருக்கு தெரியுமா?'

'தெரியாம என்ன? பழைய பாட்டு அது. அதுக்கு அப்புறம் கூட அழகிய லைலா பாட்டுல கூட அந்தபுரத்து மகராணின்னு வருமே.'

'அதே அதே, அந்தப்புரம்ன்னா என்ன? ராணிகள் இருக்கும் இடம். இல்லையா? அதுக்கு ஏன் அப்படி ஒரு பேர் வந்துது தெரியுமா?'

'புரம்ன்னா ஊருன்னு இப்போதானே சொன்ன. அதோட எதாவது கனெக்ஷனா??'

'சரியா புடிச்சடா. அந்தப்புரம் என்பதே அந்தர்ப்புரம் என்ற வார்த்தைலேர்ந்து மருவி வந்ததுதான். மாளிகையின் உட்புறத் தில் இருக்கும் வசிப்பிடம்ன்னு அர்த்தம்.'

'அந்தர்ன்னா வடமொழியில கூட உள்ளதானே? அப்போ இது அங்க இருந்து வந்ததா? இல்லை இங்க இருந்து போச்சா?'

'நல்ல வேளை நீ வேற எதையோ கேட்கப் போறன்னு நினைச்சேன். இந்த மட்டோட போச்சே. போய் வேலையைப் பாரு... ஓ, உனக்கு உன் ஸ்டைல்லே சொல்லணுமில்ல.. போய் புள்ள குட்டிங்களைப் படிக்க வை போ!'

- நாட்டாண்மை என்பதே மருவி நாட்டாமை என்றானது

- பழக்கம் தனி மனிதனுடையது. வழக்கம் என்பது ஒரு இனமோ, ஊரோ, நாடோ செய்வது.

- ஆகிய என்றால் அதற்கு முன் சொல்லப்பட்ட பட்டியல் முழுமையானது. முதலிய என்றால் அது எடுத்துக்காட்டாக சொல்லப்படும், முழுமையாகாத பட்டியல்.

- அது, இது என்பவைக்கான பன்மை அவை, இவை. அவைகள், இவைகள் என்பது தவறு.

- ஏறக்குறைய என்னும் பொழுது குறிப்பான எண்கள் தேவை யில்லை. (ஏறக்குறைய நூறு ஆண்டுகளில் என்றால் போதும். ஏறக்குறைய நூற்றியிருபத்தியிரண்டு ஆண்டுகள் மூன்றே முக்கால் மாதங்கள் என வேண்டாம்)

- நாட்டுப்புறம் என்றால் நகரத்திற்கு வெளியே இருக்கும் இடம். இதை நாட்டுப்புரம் என்பது தவறு.

- அந்தப்புரம் என்பது அந்தர்ப்புரம் என்பதில் இருந்து மருவி வந்தது, உள்ளே இருக்கும் வசிப்பிடம் என்பது பொருள்.

17. கள் போடு! கொண்டாடு!

'சுரேஷ், எந்த நேரத்தில் நீ போஸ்டர்களில் எழுத்துப் பிழைகள் பத்தி சொன்னியோ. இப்போ எல்லாம் எந்த போஸ்டரைப் பார்த்தாலும் எழுத்துப்பிழை எதாவது இருக்கான்னுதான் பார்க்கத் தோணுது.'

'அடுத்தவங்க செய்யற தப்பு நம்ம கண்ணில் பட்டா, நாம அந்தத் தப்பைச் செய்யாம இருப்போம். அதனால பாரு பாரு. தப்பே இல்லை. அது இருக்கட்டும். இப்போ எதாவது கண்ணில் பட்டுச்சா?'

'வெண்ணீர், தீவணம், சமர் பணம், சமர் பனம் அப்படின்னு வகை வகையா தப்பு கண்ணில் படுது. ஆனா அதை எல்லாம் விடு. எனக்கு ரொம்ப நாளா குழப்பற விஷயம் ஒண்ணு இருக்கு. வாழ்த்துக்கள் அப்படின்னு எழுதணுமா? இல்லை வாழ்த்துகள்ன்னு சொல்லணுமா?'

'இது உனக்கு மட்டும் வர சந்தேகம் இல்லை. எங்க பார்த்தாலும் இந்த பிரச்சினை கண்ணில் பட்டுக்கிட்டே தான் இருக்கு. இதுக்கு பதில் சொல்லறதுக்கு முன்னாடி உன்னை ஒரு கேள்வி கேட்கறேன். ஒருத்தரைப் பத்தி கிசுகிசுவாப் பேசினா வம்புன்னு சொல்லுவோம். இதோட பன்மை என்ன?'

'என்னடா சீரியஸா ஒரு சந்தேகம் கேட்டா வம்பு பேசிக் கிட்டு இருக்க?'

'இல்லை. உன் கேள்விக்கான பதில்தான் இது. வம்பு - இது ஒருமை. இதோட பன்மை வம்புகள். அதே மாதிரி அம்பு ஜாக்ஷியை அம்புன்னு கூப்பிடலாம். அவங்களோட

அம்புஜமும் வந்தா அம்பு + அம்பு = அம்புகள்ன்னுதான் சொல்லுவோம். இல்லையா?'

'ஆமாம். வம்புக்கள், அம்புக்கள்ன்னா தப்புதானே!'

'இதுல இவ்வளவு தெளிவா இருக்க. அப்போ வாழ்த்து ஒருமை அதோட பன்மைக்கு மட்டும் ஏன் இவ்வளவு குழப்பம்?'

'வாழ்த்துகள்ன்னுதான் சொல்லணுமா?'

'ஆமாம். வாழ்த்துகள்ன்னுதான் சொல்லணும். அதே மாதிரிதான் பாட்டுகள், எழுத்துகள் எல்லாமே. இங்க எல்லாம் வலி மிகாது.'

'வாழ்த்துக்கள்ன்னு சொன்னா தப்பா? '

'தப்பே இல்லை யார் சொன்னா தப்புன்னு? இப்போ எதாவது ஒரு விஷயம் நடந்தா பார்ட்டி குடுக்கறது வழக்கமா இருக்கே. பார்ட்டின்னா பியர், விஸ்கின்னு சரக்கு இல்லாம இருக்கறது இல்லை. இதையே கொஞ்சம் தமிழ் மண் வாசனையோட பார்ட்டி தரணும்ன்னா இந்த விஸ்கிக்குப் பதிலா கள்ளு குடுக்க லாம். ஒருவரை வாழ்த்தத் தரும் கள் என்பதால் அதை வாழ்த்துக்கள்ன்னு சொல்லலாம். '

'வாழ்த்துகள்ன்னா வாழ்த்துவது. வாழ்த்துக்கள்ன்னு சொன்னா அப்படியே சியர்ஸ் சொல்லி வாய்க்குள்ள கவுத்திக்கிறது. ஆஹா! இப்போ நல்லாப் புரியுதுடா.'

'இப்படி எல்லாம் சொன்ன நல்லாப் புரியுமே. ஆனா இந்த தப்பு எல்லா இடத்திலேயும் நடக்கறதுதான். ஒரு சினிமாப் பாட்டு பார்க்கலாமா?'

'சினிமாப்பாட்டு வேற இருக்கா? சொல்லு!'

'பொன்மகள் வந்தாள் பொருள் கோடி தந்தாள்ன்னு ஒரு பாட்டு இருக்கு தெரியுமா?'

'தெரியாம என்ன. சமீபத்தில் கூட ரீமிக்ஸ் பண்ணி இருக்காங் களே!'

'ரீமிக்ஸ் பத்திப் பேசாதே. அந்தப் பாட்டுகளை எல்லாம் கேட்டா பத்திக்கிட்டு வருது. அதை விடு. அந்தப் பாட்டில் முத்துக்கள் சிரிக்கும் நிலத்தில்ன்னு ஒரு வரி வரும். முத்துன்னு சொன்னா

அதோட பன்மை முத்துகள்தான். ஆனா சந்தத்துக்காக அதை முத்துக்கள்ன்னு போட்டு இருப்பாங்க. இலக்கணப்படி முத்துக்கள் தப்புதான்.'

'எழுத்துக்கள் கூட தப்பா? எழுத்துகள்தான் சரியா?'

'எழுத்தாளர்கள் சில பேரு எப்பவும் நான் இந்த பாருக்குப் போனேன் அந்த சரக்கை அடிச்சேன்னு குடிக்கிறதைப் பத்தியே எழுதுவாங்க பாரு. அதை வேணா எழுத்துக்கள்ன்னு சொல்ல லாம். ஆனா எழுத்து என்பதன் பன்மை எழுத்துகள்தான்.'

'புரியுது. இந்த மாதிரி வேற எதாவது விஷயம் இருக்கா?'

'முன்னாடி ஓர் - ஒரு பத்திப் பேசினோம் ஞாபகம் இருக்கா? அந்த மாதிரி இந்த ஒருமை - பன்மை விஷயத்திலும் சில ரூல்ஸ் இருக்கு.'

'யப்பா, இந்த ரூல்ஸுக்கு முடிவே இல்லையா? சொல்லு!'

'ஒரு உதாரணம் சொல்லறேன். என் கையில் இருக்கும் புத்தகம் என்னுடையது அல்ல.'

'அதுல என்ன தப்பு? அது நீ வித்யா கிட்ட இருந்து இரவல் வாங்கினதுதானே.'

'டேய். அதைச் சொல்லலைடா. ஒரு புத்தகம்ன்னு சொல்லும் போது அல்லன்னு சொல்லக் கூடாது. இந்தப் புத்தகங்கள் என்னுடயவையல்ல. இப்படிச் சொன்னால்தான் சரி.'

'அப்போ ஒரு புத்தகத்துக்கு என்ன சொல்லணும்?'

'இந்தப் புத்தகம் என்னுடையதன்று. இப்படித்தான் சொல்லணும்.'

'அதாவது ஒருமைக்கு அன்று. பன்மைக்கு அல்ல. இப்படித்தான் சொல்லணும். இல்லையா?'

'ஆமாம். அன்று எல்லாம் இன்னிக்குப் பழக்கத்தில் இல்லைன் னாலும் இலக்கணப்படி எழுதும் பொழுதாவது சரியா எழுத ணும். இதே மாதிரி அவன் தன் வேலையைச் செய்தான்னு எழுத ணும். அதையே அவர்ன்னு வந்தா அவர் தம் வேலையைச் செய் தார்ன்னு சொல்லணும். அவர்கள்ன்னு பன்மையா வந்தாலும்

இதே மாதிரி அவர்கள் தம் வேலையைச் செய்தனர்ன்னு எழுதணும்.'

'ம்ம். இதனாலதான் எந்தன் நெஞ்சில் நீங்காத தென்றல் நீதானா அப்படின்னு பாட்டு எழுதினாங்களா?'

'ஆமாம் எந்தன், உந்தன், அவர்தம், அவர்கள்தம் அப்படின்னு எழுதினாத்தான் இலக்கணப்படி கரெக்ட். ஆனா இப்படி எல்லாம் இன்னிக்கு யாரு எழுதறாங்க சொல்லு.'

'எனக்கு ஒரு சந்தேகம்டா. இந்த இலவசம் இலவசம்ன்னு சொல்லறோமே. அதுக்கு எதாவது கதை இருக்கா?'

'இல்லாம என்ன, இன்னிக்குக் கூட கல்யாணம் மாதிரி விழாக்கள் ஆகட்டும் இல்லை ஒரு குருவைப் பார்க்கப் போகும் போது ஆகட்டும் வெற்றிலை பாக்கு எல்லாம் ஒரு தட்டில் வைத்துதான் பரிசு தரோம் இல்லையா? அதுக்கு இது உங்களுக்கானது. நீங்கள் திருப்பித் தர வேண்டாம் அப்படின்னு அர்த்தம். இப்படி இலையின் மூலம் தரும் பரிசுக்கு இலை வயம் என்று சொல்லி அது இலவசம்ன்னு ஆச்சு.'

'இப்போ இலை கட்சி மட்டும் இல்லை. எல்லாருமே இலவசமாத் தராங்க!'

'கட்சின்னு சொன்ன உடனே ஒரு விஷயம் ஞாபகத்துக்கு வருதுடா. தேர்தல் வரப் போகுது. இப்பவே எதிர்மறையா பிரச்சாரம் செய்யக்கூடாது. நேர்மறையா செய்யுங்கன்னு சிலர் சொல்ல ஆரம்பிச்சு இருக்காங்க. இது ரொம்பத் தப்பான விஷயம்.'

'என்னடா சொல்லற? எதிர்மறையா பேசாதேன்னு சொன்னா நல்லதுதானே?!'

'எதிர்மறையா பேசாதேன்னு சொல்ல வேண்டியதுதான். ஆனா அதுக்காக நேர்மறையாப் பேசுன்னு சொல்லக் கூடாது. ஏன்னா நேர்மறைன்னு தமிழ்ல ஒரு வார்த்தையே கிடையாது. எதிர் மறைக்கு எதிரா இருக்கணும்ன்னு நேர்மறைன்னு சொல்ல றாங்க. உண்மையில் speak positively அப்படின்னு சொல்ல ணும்ன்னா அறப்பேசு அப்படின்னு சொல்லலாம். நேராகப் பேசு, நல்லவிதமாகப் பேசுன்னு எல்லாம் சொல்லலாம். ஆனா நேர்மறைன்னு சொல்லக் கூடாது.'

'மறைன்னா வேதம்தானே. அது எங்க இங்க வந்தது?'

'மறைன்னா சொல் அப்படின்னு ஒரு அர்த்தம் இருக்கு. எதிர்மறைன்னு சொல்ல அது காரணமா இருக்கும். ஒண்ணு ஞாபகம் வெச்சுக்கோ. நேர்மாறுன்னு சொன்னா முற்றிலும் எதிரானது. எதிர்மறைக்கு நேர்மாறானது நேர்மறை இல்லை!'

'எதிர்மறை கூட சேர்த்துதான் எழுதணும். எதிர் மறைன்னு எழுதினா முன்னாடி இருக்கும் வேதம் அப்படின்னு பொருளா கிடும் இல்லையா?'

'ஆமாம். சேர்த்துதான் எழுதணும். இன்னும் ஒண்ணு கூட சொல்லணும்ன்னு நினைச்சேன். மங்கலம் / மங்களம், பவளம் / பவழம் - இது எப்படி எழுதினாலும் சரிதான்னு பேசினோமே. அதே மாதிரி மதில் / மதிள், உளுந்து / உழுந்து - இதெல்லாம் கூட எப்படி எழுதினாலும் சரிதான்.'

'உழுந்து கூட சரியா? இது அவ்வளவா கேள்விப்பட்ட மாதிரி இல்லையே.'

'இப்போ பல பேருக்கு வாழைப்பழம்ன்னு சொல்ல வராம வாயப்பயம்ன்னு சொல்லறாங்க. இதுல உழுந்துன்னு யாரு சொல்லப் போறா. ஆனா கம்பராமாயணத்தில்

உழுந்து இட இடம் இலை உலகம் எங்கணும் அப்படின்னு கம்பரே எழுதி இருக்காரு. இந்த மாதிரி ஒரு எழுத்து வர வேண்டிய இடத்தில் வேற ஒரு எழுத்து வந்தாலும் பொருள் மாறாமல் வந்தா அதுக்குப் போலின்னு பேரு.'

'போலியா? சாதாரணமா ஒரிஜினலா இல்லைன்னாத்தானே போலின்னு சொல்லுவோம்.'

'அதே அர்த்தம்தான். ஒன்று போல இருக்கும் மற்றொன்று அப்படின்னு சொல்லணும்ன்னா அதை போல் + இருப்பது = போலிருப்பதுன்னு சொல்லறோமே. அதோட சுருக்கம்தான் போலி. எந்த எழுத்து மாறி வருதுன்னு பார்த்து அதை முதற் போலி, இடைப் போலி, கடைப் போலின்னு மூணு விதமாப் பிரிக்கலாம். ஞாயிறுன்னு சொல்லறோம். அதை நாயிறுன்னு சொன்னா முதல் எழுத்து மாறி வருது. அதனால அது முதற் போலி. முன்னாடி பார்த்த பவழம் / பவளம், உளுந்து / உழுந்து

எல்லாம் நடுவில் இருக்கும் எழுத்து மாறி வரதுன்னால இடைப்
போலி. மதில் / மதிள் - இதுல கடைசி எழுத்து மாறிப் போகறது
னால இது கடைப் போலி.'

'வெங்கடேஸ்வரா போளி ஸ்டாலில் போளி நல்லா இருக்கும்.
அதனால அது போளிக் கடை. டாப் கிளாஸ் போளி கிடைக்கும்.
அது முதற் போளி. ஆனா அவங்களைப் பார்த்து வேற ஒருத்தன்
ஸ்டால் போட்டா அது போலிக் கடை. அதையே கடை
போலின்னும் சொல்லலாம்.'

'நீ விளையாட்டா சொன்னாலும் அதுல ரெண்டு விஷயம்
இருக்குடா. போளி - போலி ஒரு எழுத்து மாறினாலும் அதோட
அர்த்தமே மாறுது. அதனால இது போலி இல்லை. ரெண்டாவது,
கடைப் போலி / கடை போலி - வலி மிகுந்து வர வேண்டிய
இடத்தில் சரியா எழுதலைன்னா எப்படி மீனிங் மாறுதுன்னு பாரு.
இதனாலதான் தமிழ் எழுதும் பொழுது தப்பில்லாம கவனமா
எழுதணும்ன்னு சொல்லறேன்.'

'ஆமாண்டா. நீ இதை எல்லாம் சொல்லும் போது எனக்குத் தமிழ்
மேல தனி மரியாதையே வருது.'

'தமிழ் மேல மரியாதை வரது இருக்கட்டும். எப்போப் பாரு
கேண்டீனிலே இருக்க, உன் மனசில் என்ன நினைச்சுக்கிட்டு
இருக்கன்னு மேனேஜர் திட்டறான். தமிழுக்கு தனி மரியாதை வர
நேரத்தில் நம்ம மரியாதை காத்தில் போயிடும் போல இருக்கு.
அதனால இதுக்கு கொஞ்சம் ப்ரேக் விட்டுட்டு தொழிலை
கவனிக்கலாம்.'

'ஆமாண்டா. என் பாஸ் கூட முறைக்கறான். எதாவது சந்தேகம்
வந்தா மெயில் அனுப்பறேன். எப்பவாவது வீட்டுக்கு வருவ
இல்லை. அப்போ மொத்தமா சேர்த்து வெச்சு அதுக்கெல்லாம்
பதில் சொல்லு.'

'சரிடா. இப்போ பார்க்கலாம். பை'

'பை'

- வாழ்த்துகள் என்பதுதான் சரி. வாழ்த்துக்கள் என்பது தவறு.

- இதே போல் எழுத்துகள், முத்துகள், பாட்டுகள், வார்த்தைகள்
  என்றுதான் எழுதுதல் சரி.

- ஒருமைக்கு அன்று. அல்ல பன்மைக்கு. (என் புத்தகமன்று, என் புத்தகங்களல்ல)

- ஒருமைக்கு தன், பன்மைக்குத் தம் (அவந்தன், அவர்தம், அவர்கள்தம்)

- இலை வயம் தரப்படும் பரிசு என்பதே இலவசம் என்றானது. வெற்றிலையில் வைத்துத் தரப்படும் பரிசைக் குறிப்பது இது.

- எதிர்மறை என்பதை எதிர் மறை என எழுதுதல் கூடாது.

- நேர்மறை என்ற வார்த்தை தமிழில் இல்லை.

- மதில் / மதிள், உளுந்து / உழுந்து - எப்படி எழுதினாலும் சரியே

- ஒரு வார்த்தையில் ஒரு எழுத்து வர வேண்டிய இடத்தில் வேறு ஒரு எழுத்து வந்து பொருள் மாறாமல் இருந்தால் அது போலி எனப்படும்.

- மாறும் எழுத்து இருக்கும் இடத்தைப் பொருத்து முதற் போலி, இடைப் போலி, கடைப் போலி என மூன்று வகை யாகப் பிரிக்கலாம்.
